നമുക്ക് ഗ്രാമങ്ങളിൽ ചെന്ന് രാപാർക്കാം

നമുക്ക് ഗ്രാമങ്ങളിൽ ചെന്ന് രാപ്പാർക്കാം
അതികാലത്ത് എഴുന്നേറ്റു മുന്തിരിത്തോട്ടങ്ങളിൽ പോയി
മുന്തിരി വള്ളി തളിർത്തു പൂവിടരുകയും
മാതള നാരകം പൂക്കുകയും ചെയ്തോ എന്ന് നോക്കാം
അവിടെ വെച്ച് ഞാൻ നിനക്കെന്റെ പ്രണയം തരും...

കെ. കെ. സുധാകരൻ

സ്വദേശം മാവേലിക്കര. ബിഷപ്പ് മൂർ കോളേജ്, തിരുവനന്തപുരം കേരള യൂണിവേഴ്സിറ്റി ഡിപ്പാർട്ട്മെന്റ് എന്നിവിടങ്ങളിൽ വിദ്യാഭ്യാസം. ലൈബ്രറി സയൻസിൽ മാസ്റ്റർ ബിരുദധാരി. മഹാത്മാ ഗാന്ധി സർവകലാശാലയിൽ ലൈബ്രറിയൻ ആയിരുന്നു. നമുക്ക് പാർക്കാൻ മുന്തിരിത്തോപ്പുകൾ, നീയെത്ര ധന്യ, ആയുർരേഖ എന്നീ സിനിമകൾക്ക് ആധാരമായ കഥകൾ യഥാക്രമം നമുക്ക് ഗ്രാമങ്ങളിൽ ചെന്ന് രാപ്പാർക്കാം, ഒരു ഞായറാഴ്ച്ചയുടെ ഓർമ്മക്ക്, രേഖയിൽ ഇല്ലാത്തത് എന്നീ നോവലുകളാണ്. എന്റെ മാനസപുത്രി, പാരിജാതം, കാണാക്കിനാവ് തുടങ്ങിയവ ടെലിവിഷൻ സീരിയലുകൾ. അമ്പതിലേറെ നോവലുകൾ എഴുതിയിട്ടുണ്ട്. ഇപ്പോഴും ആനുകാലികങ്ങളിൽ സജീവം.

ഭാര്യ: ശ്രീദേവി. മക്കൾ : നീന, ചിത്ര

കെ.കെ. സുധാകരൻ

നമുക്ക് ഗ്രാമങ്ങളിൽ ചെന്ന് രാപാർക്കാം

(നോവൽ)

മാക്സ് ബുക്സ്
കോട്ടയം
2023

വില: **250** രൂപ

Gramangalil Chennu Naparakkam
By K.K.Sudhakaran
Malayalam Novel

Published by:-
MAX BOOKS
Maxlive Media Solutions Pvt Ltd.
Muppathiyil Building, Muttambalom Post,
Kanjikuzhy, Kottayam 686 004
maxlivemediasolutions@gmail.com
maxbookskerala@gmail.com
Ph: 90740 98776

Cover Design: Rajesh Chalode

Printed in India
at Penta Offset, Kottayam
Edition:
First Editon September 2021
Second Edition: January 2023

Copies: 1000
Price: Rs. 250

ISBN: 978-93-91085-31-5

മൂന്നു പതിറ്റാണ്ടുകൾക്ക് മുൻപ് സോഫിയും സോളമനും നിറഞ്ഞാടിയ മുന്തിരിത്തോട്ടത്തിലൂടെ വീണ്ടുമൊരു യാത്ര. ഇതൊരു നൊസ്റ്റാൾജിക്ക് നോവലാണ്, മലയാളിയുടെ സ്വന്തം അഹങ്കാരമെന്നു വിശേഷിപ്പിക്കാവുന്ന പ്രണയഭാഷ്യം. ഇവിടെ, അനവധി സോളമന്മാരെയും സോഫിമാരെയും സൃഷ്ടിച്ച ഈ കൃതി വീണ്ടും മലയാളവായനക്കാർക്ക് മുന്നിൽ അവതരിപ്പിക്കുന്നു.

അജീഷ് ചന്ദ്രൻ
പ്രസാധകൻ

ആമുഖം

കലാകൗമുദിയിൽ 'നമുക്ക് ഗ്രാമങ്ങളിൽ ചെന്ന് രാപാർക്കാം' എന്ന നോവൽ പ്രസിദ്ധീകരിച്ചു കഴിഞ്ഞ് അധികനാൾ കഴിഞ്ഞിട്ടില്ല. ഒരു ദിവസം ഓഫീസ് വിലാസത്തിൽ എനിക്കൊരു ടെലിഗ്രാം കിട്ടി.

കോണ്ടാക്ട് മി ഇമ്മിഡിയറ്റ്ലി. പി. പത്മരാജൻ, ഫോൺ: 64515.

എനിക്ക് വിശ്വസിക്കാൻ കഴിഞ്ഞില്ല. അറിയാവുന്ന ഒരേയൊരു പദ്മരാജനേയുള്ളൂ. എഴുത്തുകാരനും ചലച്ചിത്ര സംവിധായകനുമായ പദ്മരാജൻ.

അദ്ദേഹം തന്നെയായിരിക്കുമൊ ഈ ടെലിഗ്രാം അടിച്ചത്?

എന്തിനായിരിക്കും അദ്ദേഹം എന്നെ കാണാൻ ആഗ്രഹിക്കുന്നത്? എന്റെ എതെങ്കിലും കഥ സിനിമയാക്കാനാണോ?

സ്വന്തം കഥകളാണ് പദ്മരാജൻ അതുവരെ സിനിമകളാക്കിയിട്ടുള്ളത്. ഏക അപവാദം 'കൂടെവിടെ' മാത്രമായിരുന്നു. തമിഴ് എഴുത്തുകാരിയുടെ 'ഇല്ലിക്കാടുകൾ പൂത്തപ്പോൾ' എന്ന നീണ്ടകഥയാണ് ആ സിനിമയ്ക്ക് ആധാരമായത്.

ടെലഗ്രാം കിട്ടിയ അന്നു തന്നെ ആ നമ്പരിൽ ഞാൻ ഒരു ടെലഫോൺ ബൂത്തിൽ നിന്ന് വിളിച്ചു. അദ്ദേഹത്തിന്റെ വീട്ടിലെ നമ്പരായിരുന്നു അത്. ഫോണെടുത്തത് ഭാര്യ രാധാലക്ഷ്മിയും. "ചേട്ടൻ കോവളത്ത് ഹോട്ടൽ സമുദ്രയിലിരുന്ന് എഴുതുകയാണ്. സുധാകരൻ വിളിച്ചാൽ അവിടെ ചെന്ന് കാണണമെന്ന് പറഞ്ഞിട്ടുണ്ട്" എന്നു പറഞ്ഞു.

പിറ്റേന്ന് രാവിലെ ഞാൻ തിരുവനന്തപുരത്തിന് പുറപ്പെട്ടു. കോവളത്ത് കെ.ടി.ഡി.സിയുടെ ഹോട്ടൽ സമുദ്ര കണ്ടുപിടിക്കാൻ പ്രയാസപ്പെട്ടില്ല. റിസപ്ഷനിൽ ചെന്ന് പി. പദ്മരാജനെ കാണാൻ വന്നതാണെന്ന് അറിയിച്ചു. അയാൾ പേര് ചോദിച്ചപ്പോൾ കെ.കെ. സുധാകരൻ എന്ന് പറഞ്ഞ് കൊടുത്തു.

റിസപ്ഷനിസ്റ്റ് ഏതോ മുറിയിലേക്ക് ഫോൺ ചെയ്ത് സംസാരിച്ചു. ഉടൻ തന്നെ ഫസ്റ്റ് ഫ്ളോറിലുള്ള അഞ്ചാം നമ്പർ മുറിയിലേക്ക് പോകാൻ എനിക്ക് അനുവാദം കിട്ടി.

നേരിയ പരിഭ്രമത്തോടെയാണ് അഞ്ചാം നമ്പർ മുറി നോക്കി ഞാൻ ചെന്നത്. വാതിൽ ചാരിയിട്ടേയുള്ളായിരുന്നു. കതകിൽ ഞാൻ മൃദുവായി മുട്ടി.

"വന്നോളൂ"

അകത്തു നിന്ന് മുഴക്കമുള്ള സ്വരം ഞാനൊന്ന് മടിച്ചു.

പെട്ടെന്ന് വാതിൽ തുറന്ന് സാക്ഷാൽ പി. പദ്മരാജൻ പ്രത്യക്ഷപ്പെട്ടു.

ഇടതൂർന്ന താടി മീശയ്ക്കുള്ളിൽ പുഞ്ചിരിയുടെ തിളക്കം. ചാരനിറത്തിലുള്ള സ്ളാക് ഷർട്ടും തീരെ ചെറിയ കള്ളികളുള്ള കൈലിയുമായിരുന്നു വേഷം.

അദ്ദേഹം എന്നെ സൗഹൃദപൂർവ്വം ക്ഷണിച്ച് മുറിയിലേയ്ക്ക് കൊണ്ടുപോയി. കടലിന് അഭിമുഖമായ മുറിയായിരുന്നു അത്. ബാൽക്കണിയിലുണ്ടായിരുന്ന കസേരകളിലിരുന്നു ഞങ്ങൾ സംസാരിച്ചു. എന്റെ വ്യക്തിപരമായ കാര്യങ്ങളാണ് അദ്ദേഹം ചോദിച്ചറിഞ്ഞത്.

"ഒരു ഞായാറാഴ്ചയുടെ ഓർമ്മയ്ക്ക്", "നമുക്ക് ഗ്രാമങ്ങളിൽ ചെന്ന് രാപാർക്കാം", എന്നീ രണ്ട് നോവലുകൾ മാത്രമേ ഞാൻ എഴുതിയിട്ടുണ്ടായിരുന്നുള്ളൂ. അതിൽ ഏതു കഥയാണ് അദ്ദേഹത്തെ ആകർഷിച്ചത് എന്നറിയാൻ ഞാൻ ക്ഷമയോടെ കാത്തിരുന്നു. യൂണിഫോംധാരിയായ വെയ്റ്റർ അപ്പോഴേക്ക് ചായ കൊണ്ടുവന്നു.

സുധാകരന്റെ ആ നോവലുണ്ടല്ലോ. നമുക്ക് ഗ്രാമങ്ങളിൽ ചെന്ന രാപാർക്കാം. അത് സിനിമയ്ക്ക് പറ്റിയ സബ്ജക്ടാണെന്ന് തോന്നുന്നുണ്ടോ?

ഒടുവിൽ ചോദ്യം വന്നു. അത് തീരുമാനിക്കാൻ എന്നെക്കാൾ യോഗ്യൻ അങ്ങാണല്ലോ എന്നായിരുന്നു എന്റെ മറുപടി.

സിനിമയുടെ തിരക്കുകൾ കാരണം അദ്ദേഹത്തിന് വായിക്കാനുള്ള സമയക്കുറവുണ്ടായിരുന്നു. ഭാര്യ രാധാലക്ഷ്മി ഈ നോവൽ കലാകൗമുദിയിൽ വായിച്ചിട്ട് അദ്ദേഹത്തോട് ശുപാർശ ചെയ്യുകയായിരുന്നു. ഞങ്ങൾ പിന്നെ ദീർഘമായി സംസാരിച്ചു. നോവലിനെക്കുറിച്ചുള്ള സംശയങ്ങൾ അദ്ദേഹത്തിന് തീർക്കേണ്ടതുണ്ടായിരുന്നു. ആന്റണി എന്ന പയ്യന്റെ കാഴ്ചപ്പാടിൽ മാത്രമാ

ണ് നോവലിലെ കഥ ഉരുത്തിരിയുന്നത്. അതുകാരണം തൊട്ടടുത്ത പോൾ പൈലോക്കാരന്റെ വീട്ടിൽ നടക്കുന്ന സംഭവങ്ങളെക്കുറിച്ച് സൂചനകൾ മാത്രമേ കൊടുത്തിരുന്നുള്ളൂ.

ടാങ്കർ ലോറി ഡ്രൈവറായ ജോണിയോടൊപ്പം പൈലോക്കാരന്റെ മകൾ സോഫിയ കർണാടകത്തിലുള്ള ബന്ധുവിന്റെ പഴത്തോട്ടത്തിലേക്കു ഒളിച്ചോടിപ്പോകുന്നതാണ് നോവലിന്റെ അന്ത്യം.

എഴുതിക്കൊടുത്തിരിക്കുകയാണെന്നും അതു കഴിഞ്ഞാൽ അടുത്ത സിനിമ ഇതായിരിക്കും എന്നും അദ്ദേഹം പറഞ്ഞു.

അന്ന് പദ്മരാജൻ എന്നെ പൂജപ്പുരയിലുള്ള വീട്ടിലേക്കു കൊണ്ടുപോയി. ഭാര്യയെയും മകനായ അനന്തപദ്മനാഭനെയും പരിചയപ്പെടുത്തി. ഊണു കഴിപ്പിച്ചിട്ടാണ് എന്നെ വിട്ടത്.

ഒരു മാസം കഴിഞ്ഞ് തിരുവനന്തപുരം ആകാശവാണിയിലെ സാഹിത്യരംഗത്തിൽ ഒരു ചെറുകഥ അവതരിപ്പിക്കാനായി ഞാൻ പോയി. റിക്കോർഡിംഗ് കഴിഞ്ഞ് പദ്മരാജന്റെ വീട്ടിലേക്കു വെറുതെ ഫോൺ ചെയ്തു.

അദ്ദേഹമാണ് ഫോണെടുത്തത്. വീട്ടിലേക്ക് ചെല്ലണമെന്നും ഒരു പ്രധാന കാര്യം പറയാനുണ്ടെന്നും അറിയിച്ചപ്പോൾ ഞാൻ ചെന്നു.

രാഗം മൂവിസിന്റെ സിനിമയ്ക്കു വേണ്ടി മോഹൻലാലിന്റെ ഇരുപത്തിയൊന്ന് ദിവസത്തെ ഡേറ്റ് കിട്ടിയിട്ടുണ്ടെന്നും സത്യത്തിൽ ഏഴോ എട്ടോ ദിവസം കൊണ്ട് തീരുന്ന ചെറിയ ഒരു വേഷമാണ് ലാലിന് തീരുമാനിച്ചിരിക്കുന്നതെന്നും അദ്ദേഹം പറഞ്ഞു. അതുകൊണ്ട് ലാലിന്റെ മുഴുവൻ ദിവസവും ഉപയോഗിച്ച് എന്റെ നോവൽ സിനിമയാക്കാനാണ് ആലോചനയെന്ന് അദ്ദേഹം അറിയിച്ചു.

ടാങ്കർ ലോറി ഡ്രൈവറായ ജോണിയെ ഒരു മുന്തിരിത്തോട്ടത്തിലെ പുതിയ സോളമനാക്കാനാണ് അദ്ദേഹം ആഗ്രഹിച്ചത്. മലയാള സിനിമയിൽ മുന്തിരിത്തോട്ടം വന്നിട്ടില്ല. അതൊരു പുതിയ അനുഭവമായിരിക്കുമെന്ന് എനിക്കു തോന്നി.

ടാങ്കർ ലോറിയോടിച്ചു വരുന്ന ജോണിയെ ഉപേക്ഷിക്കാനും പദ്മരാജന് മനസ്സു വന്നില്ല. അതു കൊണ്ട് സുഹൃത്തിന്റെ ടാങ്കർ ലോറിയോടിച്ച് സോളമൻ ഇടയ്ക്ക് വീട്ടിൽ വരും. സോഫിയയെ സോളമൻ കടത്തികൊണ്ടു പോകുന്നത് ടാങ്കർ ലോറിയിലായിരിക്കണമെന്നും അദ്ദേഹത്തിന് നിർബന്ധമുണ്ടായിരുന്നു.

തിരക്കഥാരചന പെട്ടെന്നു നടന്നു. മൈസൂരും ബാംഗ്ലൂരും ലൊ

ക്ഷേഷനായി തീരുമാനിക്കപ്പെട്ടു. ക്യാമറ വേണു. ജോണിയായി മോഹൻലാലും സോഫിയയായി ശാരിയും ആന്റണിയായി വിനീതും പൈലോക്കാരനായി തിലകനുമാണ് തിരഞ്ഞെടുക്കപ്പെട്ടത്.

സിനിമയാകുമ്പോൾ പറയാനുള്ള സൗകര്യത്തിനു വേണ്ടി പുതിയ ഒരു പേരു കൊടുക്കേണ്ടി വരുമെന്ന് പദ്മരാജൻ പറഞ്ഞു. 'മുന്തിരിവള്ളി തളിർത്തപ്പോൾ' എന്ന പേരാണ് ആദ്യമിട്ടത്. പിന്നെ അത് 'നമുക്കു പാർക്കാൻ മുന്തിരിത്തോപ്പുകൾ' ആയി.

ആ ഓണക്കാലത്ത് സിനിമ റിലീസ് ചെയ്തു. സൂപ്പർഹിറ്റായ ആ സിനിമ ഒരു നവ്യാനുഭവവും മധുരാനുഭവവുമായി മാറി.

പിന്നീട് മൂന്നു വർഷങ്ങൾക്കു ശേഷം ആകാശവാണിയിൽ പന്ത്രണ്ടരയ്ക്കുള്ള പ്രദേശിക വാർത്തയിലാണ് പദ്മരാജന്റെ അകാലചരമത്തേക്കുറിച്ച് ഞാനറിയുന്നത്.

പ്രിയപ്പെട്ടവർ മരിക്കുമ്പോൾ അവസാനമായി ഒരു നോക്കു കാണാൻ കഴിയുന്നതും ഞാൻ പോകാറില്ല. അവരെക്കുറിച്ച് ഓർക്കുമ്പോൾ പിന്നീട് നിർജീവമായ മുഖം മനസ്സിലേക്ക് കടന്നു വരാതിരിക്കാൻ വേണ്ടിയാണിത്.

മുതുകുളത്തേക്കും ഞാൻ പോയില്ല.

അതു കാരണം ഇന്നും പദ്മരാജനെക്കുറിച്ച് ഓർക്കുമ്പോൾ കൈകൊണ്ട് താടിയൊന്ന് ഉഴിഞ്ഞ് കണ്ണുകളിൽ കുസൃതിയുമായി പുഞ്ചിരിക്കുന്ന പദ്മരാജന്റെ മുഖം മാത്രമേ എന്റെ മനസ്സിലുള്ളൂ.

കെ. കെ. സുധാകരൻ

ഒന്ന്

ജൂലൈ മാസത്തിന്റെ ഒടുവിൽ മഴ മാറി നിന്ന ഒരു ദിവസമാണു ഞാൻ റീത്താമാവിയുടെ റോസ് കോട്ടേജിൽ പാർക്കാനെത്തിയത്.

കണ്ടപ്പോൾത്തന്നെ റോസ് കോട്ടേജ് എനിക്കു ഇഷ്ടമായി.

നഗരത്തിന്റെ തിരക്കിൽ നിന്നൊഴിഞ്ഞ് കുന്നിൻചരിവിൽ തടാകത്തിന് അഭിമുഖമായാണ് കോട്ടേജിന്റെ നിൽപ്പ്. മിനുക്കിയെടുത്ത ചുവന്ന ഇഷ്ടിക കൊണ്ടാണ് അതു നിർമ്മിച്ചിരിക്കുന്നത്. വാതിലുകൾക്കും ജാലകങ്ങൾക്കും നിറമുള്ള കണ്ണാടിച്ചില്ലുകൾ പതിച്ച കമാനങ്ങളുണ്ടായിരുന്നു.

വരാന്തയിലിട്ടിരുന്ന ചൂരൽ വള്ളികൾ കൊണ്ട് മെടഞ്ഞുണ്ടാക്കിയ കസേരയിലിരുന്ന് നോക്കിയാൽ അതിമനോഹരമായ കാഴ്ച കാണാം. കോട്ടേജിന്റെ മുറ്റത്ത് ചെറുതെങ്കിലും ഭംഗിയുള്ള ഒരു റോസ് ഗാർഡനുണ്ട്. മര അഴികൾ കൊണ്ടുണ്ടാക്കിയ ഗേറ്റിനു പുറത്ത് ടാറിട്ട വീതി കുറഞ്ഞ റോഡാണ്, അതു താഴേക്ക് വളഞ്ഞിറങ്ങി തടാകക്കരയിലുള്ള ബോട്ടുജെട്ടിയിൽ എത്തിച്ചേരുന്നു.

റോഡിന്റെ മറുവശം താഴേക്കു ചരിഞ്ഞിറങ്ങുന്ന കുന്നിൻപള്ളയാണ്. അവിടെ യൂക്കാലിപ്റ്റസ് മരങ്ങളും പേരറിയാത്ത ചില പൂമരങ്ങളും വളരുന്നു. ഉയർന്നു നിൽക്കുന്ന മരങ്ങളുടെ മുകൾത്തലപ്പ് റോസ് കോട്ടേജിന്റെ മുറ്റത്തിന്റെ നിരപ്പിലാണ്. അതുകാരണം കോട്ടേജിൽ നിന്നു നോക്കിയാൽ തടാകക്കര കാണാൻ കഴിയില്ല.

ഇലച്ചാർത്തുകൾക്ക് മുകളിലാണ് വെയിലിൽ വെള്ളിയോളങ്ങൾ നെയ്യുന്ന തടാകം കാണുക. സായാഹ്നങ്ങളിൽ തടാകം നീലാഭ ചൂഴുന്ന ഒരു സ്വപ്നമായിത്തീരുന്നു.

ജീവിതത്തിലെ ഒരു വഴിത്തിരിവ്.

റോസ് കോട്ടേജിൽ പാർത്തുകൊണ്ട് എന്റെ കോളേജു ജീവിതം ആരംഭിക്കുകയാണ്.

വീട്ടിൽനിന്നു മുന്നൂറോളം നാഴിക അകലെ നഗരത്തിൽ വൈദികരുടെ മേൽനോട്ടത്തിൽ നടത്തുന്ന പുരാതനവും പ്രശസ്തവുമായ കോളേജിലേക്കു എന്നെ അയയ്ക്കുമ്പോൾ ചാച്ചന്റെ മനസ്സിൽ റീത്താമാവി ഉണ്ടായിരുന്നിരിക്കണം. ചാച്ചന്റെ മൂത്ത സഹോദരിയായിരുന്ന റീത്താമാവി.

വിധവയായിരുന്നു റീത്താമാവി. ജോർജ്ജ് അങ്കിൾ മരിക്കുമ്പോൾ ഏക മകൻ ജോണിച്ചായന് ഇരുപത് വയസ്സായിരുന്നു പ്രായം. ഏഴോ ഏട്ടോ വർഷം മുമ്പായിരുന്നു അത്.

കുഞ്ഞുന്നാളിലെന്നോ റോസ് കോട്ടേജിൽ വന്നിട്ടുണ്ട്. പക്ഷേ മൂടൽമഞ്ഞിലൂടെയുള്ള കാഴ്ച പോലെയാണ് ആ ഓർമ്മ, ഒന്നും വ്യക്തമല്ല, എങ്കിലും നഗരത്തിൽ സർക്കസ് കാണാൻ പോയതും പൊരിവെയിലത്ത് വഴിവക്കിൽ നിന്ന് സർബത്ത് വാങ്ങിക്കുടിച്ചതും ഞാനോർക്കുന്നു.

ജോർജ്ജ് അങ്കിൾ പേരെടുത്ത ഒരു ഹോമിയോ ഡോക്ടറായിരുന്നു. ധാരാളം പണം കിട്ടിക്കൊണ്ടിരുന്ന കാലത്തായിരുന്ന ആകസ്മികമായ ആ മരണം,

റീത്താമാവി മിക്കവാറും റോസ് കോട്ടേജിൽ ഏകയായിരുന്നു. ജോണിച്ചായൻ ഒരിക്കലും സ്ഥിരമായി വീട്ടിലുണ്ടാവില്ല, കുറേനാൾ ബോംബെയിലായിരുന്നു. ഇപ്പോൾ ഒരു ഓയിൽ കമ്പനിയുടെ ലോറി ഡ്രൈവറാണ്.

കൊച്ചിയിൽനിന്ന് മംഗലാപുരത്തേക്കും മംഗലാപുരത്തു നിന്ന് കോയമ്പത്തൂർക്കും പെട്രോളുമായി പോകുന്ന ജോണിച്ചായൻ മാസത്തിലൊരിക്കലോ മറ്റോ റോസ്കോട്ടേജിൽ അമ്മച്ചിയെ കാണാനെത്തിയെന്നു വരാം. ഒരു രാത്രിയോ മറ്റോ തങ്ങിയെന്നു വരാം. പിന്നെ മേരിയാണുള്ളത്. ജോർജ്ജ് അങ്കിളിന്റെ ഒരു അകന്ന ബന്ധുവായിരുന്നു അവർ, മുപ്പത്തിയഞ്ചു വയസ്സിനുപ്പുറം വരില്ല. ഭർത്താവുമായുള്ള ബന്ധം വേർപെടുത്തി നിന്ന മേരിയെ ഒരു സഹായത്തിനായി റീത്താമാവി കൂടെ പാർപ്പിച്ചിരിക്കുകയാണ്.

വെളുത്ത് സാമാന്യം തടിച്ച ഒരു സ്ത്രീയായിരുന്നു മേരി. വെളുത്ത മുഖമായതു കൊണ്ടാവാം മേരിയുടെ മൂക്കിനു താഴെയുള്ള രോമങ്ങൾ ഒറ്റനോട്ടത്തിൽതന്നെ ശ്രദ്ധയിൽ പതിയുമായിരുന്നു. പക്ഷേ മേരിയെ മറക്കാനാവാത്ത ഒരു കഥാപാത്രമാക്കുന്നത് ഇതൊന്നുമല്ല. മേരിയുടെ മാറിടങ്ങൾ. അവ ഒരു കനത്ത സമ്പത്തുതന്നെയായിരുന്നു.

ചട്ടയും മുണ്ടുമായിരുന്നു മേരിയുടെ വേഷം. അപൂർവ്വമായി ജോ

ണിച്ചായന്റെ പഴയ ഷർട്ടുകളും മേരി ധരിക്കുന്നത് പിൽക്കാലത്ത് ഞാൻ കണ്ടിട്ടുണ്ട്.

റീത്താമാവി സന്തോഷപൂർവ്വം എന്നെ സ്വാഗതം ചെയ്തു. ചാച്ചന്റെ നേരെ മൂത്ത സഹോദരിയായിരുന്നങ്കിലും കണ്ടാൽ ചാച്ചന്റേയത്ര പ്രായം മാവിക്ക് മതിക്കില്ല. മാംസളമായ ശരീരം. മുഖത്ത് ചുളിവുകൾ വീണിട്ടില്ല. ചുവന്ന കൊച്ചു ചുണ്ടുകളായിരുന്നു അവരുടേത്. മുടിയിൽ അങ്ങിങ്ങ് വെള്ളിരേഖകൾ തെളിഞ്ഞിരിക്കുന്നു. ചെറിയ പൂക്കളുള്ള കോട്ടൺ സാരിയാണ് അവർ ധരിച്ചിരുന്നത്. ഒരുകാലത്ത് അവർ അദ്ധ്യാപികയായിരുന്നു. ജോർജ്ജ് അങ്കിളിന്റെ നിർബ്ബന്ധപ്രകാരം ആ പണി വേണ്ടെന്നു വയ്ക്കുകയാണ് ചെയ്തത്.

രാവിലെയാണ് ഞാനും ചാച്ചനും കൂടി റോസ് കോട്ടേജിലെത്തിയത്. കുളിയും കാപ്പികുടിയും കഴിഞ്ഞ് നേരെ കോളേജിൽ ചേരാൻ പോയി.

കോളേജ് എന്നെ അത്ഭുതപ്പെടുത്തി. മഞ്ഞച്ചായം തേച്ച കൂറ്റൻ മൂന്നുനിലക്കെട്ടിടങ്ങൾ. ടവ്വർ ക്ലോക്ക്. വിശാലമായ കളിസ്ഥലങ്ങൾ, മതിലോരം ചേർന്ന് വലിയ തണൽ വൃക്ഷങ്ങൾ പൂമരങ്ങൾ. കോളേജിനോടു ചേർന്ന് പ്രൗഢിയോടെ തലയുയർത്തി നിൽക്കുന്ന ചാപ്പൽ.

ഇവിടെയാണ് ഇനി ഞാൻ പഠിക്കുന്നത്.

അഭിമാനം തോന്നി. ഒപ്പം ഭയവും.

ചാച്ചൻ അന്നുതന്നെ മടങ്ങിപ്പോയി, "യാത്രചെയ്തുവന്നതല്ലെ. ഇന്നലെ ശരിക്കുറങ്ങാനും പറ്റിക്കാണത്തില്ലല്ലോ. ആന്റപ്പൻ പോയി കുറച്ചുനേരം കിടക്കൂ."

ഉച്ചയ്ക്ക് ഊണു കഴിഞ്ഞപ്പോൾ മാവി പറഞ്ഞു.

ഞാൻ എന്റെറ മുറിയിലേക്കു പോയി. സ്വന്തമായി ഒരു മുറി എന്നത് ഒരു പുതിയ ഒരനുഭവമായിരുന്നു. അന്നുവരെ രണ്ട് അനുജന്മാരോടൊപ്പമാണ് ഞാൻ ഒരു മുറി പങ്കു വച്ചിരുന്നത്.

മുറി എനിക്കിഷ്ടമായി. വീട്ടിത്തടിയിൽ കടഞ്ഞെടുത്ത വീതിയുള്ള കട്ടിൽ. ഇലവിൻ പഞ്ഞി നിറച്ച മെത്തമേൽ ഇളം നീലനിറത്തിൽ പൂക്കളുള്ള ഷീറ്റ് വിരിച്ചിരിക്കുന്നു. മേശപ്പുറത്ത് തിളങ്ങുന്ന ഒരു കെൻസൻ ടൈംപീസ്. നീല സിൽക്കിന്റെ ഷെയ്ഡുള്ള ഒരു ടേബിൾ ലാംപ്.

ഒഴിഞ്ഞ ഭിത്തിയലമാരയിൽ പുസ്തകങ്ങൾ വയ്ക്കാം. ഞാനോർത്തു. പെട്ടി തുറന്ന് കൈവശമുണ്ടായിരുന്ന നാലഞ്ചു പുസ്തക

ങ്ങൾ അലമാരയിൽ അടുക്കി വച്ചു. അതിലൊന്ന് സൺഡേസ്കൂൾ വാർഷികത്തിനു സമ്മാനമായി കിട്ടിയ ഗിഡിയൻ ഇന്റർനാഷണലിന്റെ മനോഹരമായ ഒരു ബൈബിളായിരുന്നു.

കൊണ്ടുവന്ന സാധനങ്ങൾ ഓരോന്നായി പെട്ടിയിൽ നിന്നെടുത്ത് സൗകര്യമുള്ള സ്ഥാനങ്ങളിൽ വച്ചു.

ജാലകത്തിനരികെ തൂങ്ങിക്കിടന്ന ചരടിൽപ്പിടിച്ച് ഞാൻ താഴേക്ക് വലിച്ചു. അപ്പോൾ നീല സാറ്റിൻ തുണി കൊണ്ടുള്ള തിരശ്ശീല ഒരു വശത്തേക്ക് തെന്നി മാറി. ചില്ലുകൾ പതിച്ച ജാലകവും ഞാൻ തുറന്നു.

വടക്കുവശത്തേക്കുള്ള ജാലകമായിരുന്നു അത്. മതിലിനോടു ചേർന്നു നിൽക്കുന്ന പപ്പായമരത്തിൽ നിറയെ കായുണ്ട്. ഇളം മഞ്ഞനിറം വീണ ഒരെണ്ണം കിളി കൊത്തുന്നു.

പപ്പായമരത്തിനുമപ്പുറം സ്തൂപംപ്പോലെ ഉയർത്തിക്കെട്ടിയ പ്രാവിൻകൂട്. ടിൻഷീറ്റു മേഞ്ഞ മേൽക്കൂരയ്ക്കു താഴെ കിളിവാതിലിൽ ഒരു വെള്ളരിപ്രാവു കണ്ണും പൂട്ടിയിരിക്കുന്നു.

റീത്താമാവിയുടെ ഒഴിവുസമയ വിനോദങ്ങളിലൊന്നാവാം പ്രാവുവളർത്തൽ.

എനിക്കു കിടക്കാൻ തോന്നിയില്ല. ഞാൻ പുറത്തേക്കിറങ്ങി. മുറ്റത്തെ പൂന്തോട്ടത്തിൽ മിക്കവാറും എല്ലാ ചെടികളിലും പൂവുണ്ട്. മൂപ്പെത്തിയ ചില കൊമ്പുകളിൽ മണ്ണും ചകിരിയും ചേർത്തു കെട്ടി വച്ചിരിക്കുന്നു.

മരയഴികളുള്ള ഗേറ്റിൽ നിന്നു നോക്കിയാൽ താഴേക്ക് വളഞ്ഞ് അപ്രത്യക്ഷമാകുന്ന റോഡ് കാണാം. തടാകത്തിൻ കരയിൽ ജെട്ടിയുണ്ടെങ്കിലും ഇപ്പോൾ ബോട്ടുകളൊന്നും വരാറില്ലെന്ന് മാവിചാച്ചനോടു പറയുന്നതു കേട്ടു. എങ്കിലും ഒരു ദിവസം പോയി എല്ലാം കാണണം.

റോസ് കോട്ടേജിന്റെ ഇടതുവശത്ത് ഒരു രണ്ടുനില കെട്ടിടമുണ്ടായിരുന്നു. മുറ്റത്തു പുല്ലു കുരുത്തു നില്ക്കുന്നു.

പടർന്നു പന്തലിച്ച ഒട്ടുമാവിന്റെ ഇലകളും ധാരാളം വീണു കിടക്കുന്നു. ആൾ താമസമില്ലെന്നു വ്യക്തം.

ഇരുമ്പു ഗ്രില്ലുള്ള ഗേറ്റിൽ പേരുണ്ട്. പെരിവിങ്കിൾ

ഞാൻ തടാകത്തിലേക്കു നോക്കി നിന്നു. ഉച്ച കഴിഞ്ഞു തെളിഞ്ഞ വെയിൽ മാഞ്ഞു തുടങ്ങുന്നു. തടാകത്തിനക്കരെ പച്ചപിടിച്ച കുന്നുകൾ. കുന്നിൻചരിവിൽ വെളുത്ത ചായമടിച്ച വീടുകൾ.

അഞ്ചു മണിയായിക്കാണുമോ? അതോ അഞ്ചര?

"കൊച്ചിന് ചായയെടുത്തു വച്ചരിക്കുന്നു.?"

ഞാൻ ഞെട്ടിത്തിരിഞ്ഞു നോക്കി. മേരിയാണ്. അവർ തൊട്ടു പിന്നിൽ വന്നു നിന്നത് ഞാനറിഞ്ഞില്ല.

എന്നോടു തന്നെയാണോ അവർ പറഞ്ഞത്?

ഞാൻ അത്ര കൊച്ചൊന്നുമല്ലല്ലോ. എന്റെ പേര് ആന്റണിയെന്നാണ്. ആന്റണി തോമസ്.

പക്ഷേ, അപ്പോഴേക്കും മേരി പൊയ്ക്കഴിഞ്ഞിരുന്നു.

ഭക്ഷണമുറിയിലെ മേശപ്പുറത്ത് ചായയും പ്ലേറ്റിൽ, ബിസ്ക്കറ്റും പൂവൻപഴവും വച്ചിട്ടുണ്ടായിരുന്നു. മാവിയെ അവിടെ കണ്ടതേയില്ല. ഞാൻ ചായ കുടിച്ചു കൊണ്ടിരുന്നപ്പോൾ മേരി ഒരു പ്രാവശ്യം വന്നു നോക്കിയിട്ടു പോയി. അവർ അലക്ഷ്യമായി മുടി പിന്നിൽ കെട്ടിവച്ചിരുന്നു. ഒഴിഞ്ഞ കാതായിരുന്നു അവരുടേത്. നൂലുപോലെ ലോലമായ ഒരു സ്വർണ്ണച്ചെയിൻ ചട്ടയ്ക്കുള്ളിലെവിടെയോ താഴ്ന്ന് മറയുന്നു.

നനഞ്ഞ മുടി ചിക്കിയുണക്കിക്കൊണ്ട് അപ്പോൾ റീത്താമാവി കടന്നു വന്നു. അവർ ഒരു നീണ്ട ഗൗണാണ് ധരിച്ചിരുന്നത്.

"ആന്റപ്പന് കുളിക്കണ്ടെ?"

"വേണം."

"പൈപ്പുവെള്ളത്തിൽ കുളിച്ച് ശീലമില്ലല്ലോ ആന്റപ്പന്. വല്ല ജലദോഷമോ മറ്റോ വന്നാലോ. കുറച്ചു ദിവസം ചൂടുവെള്ളത്തിൽ കുളിച്ചാൽ മതി. ഞാൻ മേരിയോടു പറയാം"

മാവി എന്റടുത്തു വന്നിരുന്നു പറഞ്ഞു.

"വേണ്ട. പച്ചവെള്ളം മതി. അതാണെനിക്കിഷ്ടം."

മേരിയെ കൂടുതൽ ബുദ്ധിമുട്ടുണ്ടാക്കാൻ എനിക്കിഷ്ടമില്ലായാരുന്നു.

"എന്നാണ് ക്ലാസ്സു തുടങ്ങുന്നത്"

"മറ്റെന്നാൾ."

"നന്നായി പഠിക്കണം. ആന്റപ്പന്റെ ഭാവിയോർത്താണ് ഇത്ര അകലെയായിരുന്നിട്ടും ഇവിടേക്ക് നിന്റെ ചാച്ചൻ വിട്ടത്. നീ ജോണിയെപ്പോലെ ആകരുത്."

കോളേജ് വിദ്യാഭ്യാസം പൂർത്തിയാക്കിയില്ല ജോണിച്ചായൻ. പഠിപ്പ് ഒരു ബോറായിരുനു. അമ്മയെ ഒറ്റയ്ക്കാക്കിയിട്ട് നാടു ചുറ്റുകയാണ് ജോണിച്ചായൻ. ഇതെല്ലാം എന്റെ കേട്ടറിവു മാത്രമായിരുന്നു. പണ്ടെങ്ങോ ഞാൻ കണ്ടതാണ് ജോണിച്ചായനെ. ഇപ്പോൾ കണ്ടാൽ തിരിച്ചറിയുമെന്നു തോന്നുന്നില്ല.

ഗോതമ്പുമണികൾ നിറച്ച പാത്രവുമായി റീത്താമാവി മുറ്റത്തേക്കിറങ്ങി നിന്നു. അപ്പോൾ നാലഞ്ചു വെള്ള പ്രാവുകൾ മാവിക്കു ചുറ്റും വന്നു നിരന്നു. വാരിവിതറിയ ഗോതമ്പുമണികൾ കൊത്തി ഉള്ളിലാക്കിക്കൊണ്ട് പ്രാവുകൾ കുണുങ്ങിക്കുണുങ്ങി നടന്നു. ഞാൻ അവയുടെ ചുവന്ന കാലടികളും ചുണ്ടുകളും കൗതുകത്തോടെ നോക്കി നിന്നു.

പിന്നീട് വരാന്തയിലെ ചൂരൽക്കസേരയിലിരുന്ന് റീത്താമാവി ജോർജ്ജ് അങ്കിളിനെക്കുറിച്ച് സംസാരിച്ചു. ജോണിച്ചായനെപ്പറ്റിയും. വയസ്സ് ഇരുപത്തിയെട്ടു കഴിഞ്ഞു. പക്ഷേ, വല്ലപ്പോഴും അതിഥിയായി വരുന്ന മകനെക്കുറിച്ചുള്ള പ്രതീക്ഷ നാൾക്കു നാൾ കുറഞ്ഞു വരുന്നു.

നല്ല ആരോഗ്യവും സൗന്ദര്യവുമുണ്ടായിരുന്നിട്ടും ജോണിച്ചായൻ പെണ്ണു കെട്ടുന്ന കാര്യത്തിൽ അലസനാണ്. അന്തസും ആഭിജാത്യവുമുള്ള ഒരു കുടുംബത്തിൽ നിന്ന് ശാലീനയായ ഒരു പെൺകുട്ടിയെ മകനെക്കൊണ്ടു കെട്ടിക്കണം എന്നതാണ് അവരുടെ ഏറ്റവും വലിയ ആഗ്രഹം.

സന്ധ്യ സാവധാനം കടന്നു വരികയായിരുന്നു.

മേരി വന്ന് മുൻവശത്തുള്ള ലൈറ്റുകൾ തെളിച്ചു.

കുറേക്കഴിഞ്ഞ് പ്രാർത്ഥനാ പുസ്തകവുമെടുത്ത് റീത്താ മാവി അവരുടെ മുറിയിലേക്കു പോയി.

ഞാൻ വീണ്ടും തനിച്ചായി.

വരാന്തയിലെ കൈവരിയിൽ പിടിച്ചു ഞാൻ പുറത്തേക്കു നോക്കി നിന്നു. തടാകം ഇരുളിൽ മറഞ്ഞിരിക്കുന്നു. തണുത്ത കാറ്റടിക്കുന്നുണ്ട്. വീണ്ടും മഴ തുടങ്ങാനുള്ള ഭാവമാണ്.

റോഡിൽ വിളക്കുകൾ തെളിഞ്ഞിരിക്കുന്നു.

നഗരത്തിന്റെ അതിർത്തിയിലായതുകൊണ്ട് ശബ്ദഘോഷം അത്രയില്ല. വാഹനങ്ങളുടെ നേരിയ ഇരമ്പൽ മാത്രം. അന്തരീക്ഷത്തിൽ തണുപ്പിന്റെ ശക്തി കൂടിവരുന്നു. എന്നാലും കുളിക്കാതെ പറ്റില്ല. നീണ്ട യാത്രയുടെ വിയർപ്പും ക്ഷീണവും ശരീരത്തിലുണ്ട്.

ഇടനാഴികയുടെ അറ്റത്താണ് കുളിമുറി. ഷർട്ടഴിച്ചു വച്ച് ടവ്വൽ എടുത്തു പുതച്ചു കൊണ്ട് ഞാൻ കുളിമുറിയിലേക്കു നടന്നു. സോപ്പിന്റെ നേരിയ ഗന്ധം നിറഞ്ഞു നിൽക്കുന്നുണ്ടായിരുന്നു ഉള്ളിൽ.

വാഷ്ബേസിനു മുകളിലെ നിലക്കണ്ണാടിയിൽ നോക്കി. ബസ്സിലെ കാറ്റേറ്റ് നാരുപ്പോലെയായിരിക്കുന്നു മുടിയിഴികൾ, മേൽച്ചുണ്ടിനു മുകളിലെ നിഴലിന് കറുപ്പേറി വരുന്നു. ഇടത്തെ കവിളിൽ ഒരു

മുഖക്കുരു മുളയ്ക്കുന്നു.

ആന്റണി തോമസ് ഇനി ഏത്ര മാറാനുണ്ട്.

ഷവറിൽ നിന്ന് ശക്തിയായി പതിച്ച ചെറുമഴയിൽ ഞാൻ ശ്വാസം പിടിച്ചു നിന്നു. കുളി ഇന്നലെ വരെ അച്ചൻകോവിലാറിന്റെ വിരിമാറിലായിരുന്നു. നീന്തിത്തുടിച്ചു കളിച്ച് നനഞ്ഞ തോർത്ത് തലയിൽ കെട്ടി ഇടതു കൈയിൽ സോപ്പു പെട്ടിയുമായി ജോസുകുട്ടിയോടൊപ്പം കരിമ്പിൻതോട്ടത്തിന്റെ വരമ്പിലൂടെ വീട്ടിലേക്ക് മടങ്ങുന്നത് ഇനി കുറേ നാൾ ഓർമ്മകൾ മാത്രം.

കുളി കഴിഞ്ഞു മുടിയും ചീകി ഷർട്ടുമിട്ടു കഴിഞ്ഞപ്പോൾ പിന്നെ ചെയ്യാൻ ഒന്നുമില്ലായിരുന്നു. മേരി അടുക്കളയിലായിരിക്കും. റീത്താമാവി അവരുടെ മുറിയിലും. മുറ്റത്തിറങ്ങി നിൽക്കാൻ വയ്യ. മഴ ചാറുന്നുണ്ട്.

ഞാൻ സ്വീകരണമുറിയിലെ സോഫയിൽ ചെന്നിരുന്നു. ടീപ്പോയിയുടെ താഴെയുള്ള തട്ടിൽ പഴയ പത്രങ്ങൾ വൃത്തിയായി അടുക്കി വച്ചിരിക്കുന്നു. മുകളിലിരുന്ന പത്രമെടുത്ത് ഞാൻ നിവർത്തി. വായിക്കാൻ തോന്നിയില്ല, താഴെവച്ചു.

ബത്തിക് ശൈലിയിൽ തുണിയിൽ പെയിന്റു ചെയ്ത ഒരു ചിത്രം ഭിത്തിയിൽ തൂങ്ങുന്നു. മുൾക്കിരീടം ചൂടിയ ക്രിസ്തുവിന്റെ മുഖഭാവം. ഫ്രെയിം ചെയ്ത മൂന്നാല് ചിത്രങ്ങൾ കൂടിയുണ്ട് ഭിത്തിയിൽ. എല്ലാം ഏതോ വിദേശ പ്രകൃതിദൃശ്യങ്ങളുടെ വർണ്ണചിത്രങ്ങളാണ്.

വാൾനട്ട് തടിയിൽ നിർമ്മിച്ച വളരെ പഴയ ഒരു ജർമ്മൻ ക്ലോക്കുണ്ട് ഭിത്തിയിൽ. കറുത്ത റോമൻ അക്കങ്ങൾ. ക്ലോക്കിന്റെ മുകളിൽ കുടപോലെ പിച്ചളയിൽ നിർമ്മിച്ച അർദ്ധഗോളം കമിഴ്ത്തിവച്ചിരിക്കുന്നു. അടിയിൽ പുറത്തേക്ക് തള്ളിനിൽക്കുന്ന മുനമ്പിൽ ചിറകു വിരിച്ച ഒരു കഴുകൻ.

നോക്കിയിരിക്കെ ക്ലോക്ക് എട്ടു പ്രാവശ്യം മുഴങ്ങി.

അപ്പോൾ റീത്താമാവി സ്വീകരണമുറിയിലേക്ക് കടന്നുവന്നു. സ്വർണ്ണഫ്രെയ്മുള്ള കണ്ണട മുഖത്തു തന്നെയുണ്ട്. അവർ വായിക്കുകയായിരുന്നിരിക്കണം.

"ആന്റപ്പന് വിശക്കുന്നുണ്ട്. അല്ലേ?"

"ഓ ഇല്ല."

"ഞങ്ങൾ ഇവിടെ നേരത്തെ ഭക്ഷണം കഴിക്കും. എട്ടുമണിക്കു തന്നെ. ജോണി വരുമ്പോൾ മാത്രമേ പതിവ് തെറ്റാറുള്ളൂ."

"ജോണിച്ചായൻ ഇനി എന്നു വരും? കണ്ടാൽത്തന്നെ അറിയു

മെന്ന് തോന്നുന്നില്ല."

ഇല്ല. ജോണിച്ചായന്റെ മുഖഛരായ പോലും ഓർക്കാൻ കഴിയുന്നില്ല എനിക്ക്.

"അവന്റെ വരവും പോക്കും ഒന്നും ആർക്കും പറയാൻ പറ്റില്ല. ചിലപ്പോൾ ഇന്നു രാത്രി വന്നെന്നു വരാം. ചിലപ്പോൾ ഒരു മാസത്തേക്ക് കണ്ടില്ലെന്നു വരും."

റീത്താമാവി കണ്ണടയൂരി ശ്രദ്ധാപൂർവ്വം മടക്കി തുകലുറയിൽ നിക്ഷേപിച്ചു.

"ആന്റപ്പൻ വരൂ. വല്ലതും കഴിച്ചിട്ട് നേരത്തെ കിടന്നൊ. നല്ല ക്ഷീണം കാണും."

റീത്താമാവി എന്നെ ഭക്ഷണം കഴിക്കാൻ വിളിച്ചു.

ജോണിച്ചായന്റെ മുറി അടഞ്ഞു തന്നെ കിടക്കുന്നു. ഉൾവശം എങ്ങനെയിരിക്കുമെന്ന് എനിക്ക് ഊഹിക്കാനേ കഴിഞ്ഞില്ല.

ചപ്പാത്തിയും ചോറുമായിരുന്നു അത്താഴം. മേരിയുണ്ടാക്കിയ ഇറച്ചിക്കറിയിൽ ധാരാളം ഏരിവും ധാരാളം മസാലയും ചേർത്തിരുന്നു.

ഞാനും മാവിയും ഭക്ഷണം കഴിക്കാനിരുന്നു. വിളമ്പിക്കഴിഞ്ഞ് മേരിയും എന്റെ എതിരെ ഇരുന്നു. എനിക്കവരുടെ കണ്ണുകളെ നേരിടാൻ കഴിഞ്ഞില്ല. ഏന്നെ വെറുമൊരു കുട്ടിയായിട്ടാണോ അവർ കാണുന്നത്? എങ്കിൽ എനിക്കത് സഹിക്കില്ല.

"എന്താ, എരിവ് കൂടുതലാണോ?"

രണ്ടാമതും ഞാൻ വെള്ളം പകർന്നു കുടിക്കുന്നതു കണ്ടപ്പോൾ മേരി ചോദിച്ചു. എന്റെ ചുണ്ടും നാക്കും പുകയുന്നുണ്ടായിരുന്നു, എന്നിട്ടും ഞാൻ പറഞ്ഞു:

"നല്ല ദാഹം."

"ഈ മഴയുള്ളപ്പോഴോ"? മേരി പൊട്ടിച്ചിരിച്ചു.

തല പിന്നോക്കം ചലിപ്പിച്ചാണ് അവർ ചിരിക്കുന്നത്. അപ്പോൾ അവരുടെ മാറിടങ്ങൾ ഉലയുന്നുമുണ്ടായിരുന്നു.

വെൺമയുള്ള കൊച്ചു പല്ലുകളായിരുന്നു മേരിയുടേത്. അവരുടെ കഴുത്തിൽ ഒരു കാക്കപ്പുള്ളിയുള്ളതും എന്റെ ശ്രദ്ധയിൽപെട്ടു.

"ആന്റപ്പന് ഇവിടുത്തെ രീതിയൊന്നും ശരിയാവുന്നില്ലായിരിക്കും. കുറെ ദിവസം കൊണ്ട് ഏല്ലാം നേരെയാവും."

എന്റെ പ്ലേറ്റിൽ പാതിയോളം ബാക്കിയിരിക്കുന്ന ചോറു കണ്ടിട്ടാവും റീത്താമാവി പറഞ്ഞു.

"നല്ല വിശപ്പു തോന്നുന്നില്ല. അതുകൊണ്ടാണ്"

എന്റെ മറുപടി വിശ്വസനീയമാക്കാൻ വീണ്ടും ഞാൻ പറഞ്ഞു.

"ഇത്ര നേരത്തെ ഞാൻ അത്താഴം കഴിക്കാറുമില്ല."

"എന്നാൽ ഇനി ശീലങ്ങളൊക്കെ മാറ്റേണ്ടി വരും."

മേരി എഴുന്നേറ്റ് ഒഴിഞ്ഞ പാത്രങ്ങളൊക്കെ മാറ്റിക്കൊണ്ട് പറഞ്ഞു.

"രാവിലത്തേക്ക് എന്താണു മേരി?" മാവി അന്വേഷിച്ചു.

"വെള്ളേപ്പമായാലോ? മുട്ടക്കറിയും വയ്ക്കാം."

"പഴമിരുപ്പുണ്ടോ?"

"രണ്ടു പടല കൂടി കണ്ടേക്കും."

കൈ കഴുകി ഞാൻ മുൻവശത്ത് വാരാന്തയിൽ വന്നു നിന്നു. മഴ നിന്നിരിക്കുന്നു. ഇലത്തുമ്പുകളിൽ നിന്ന് വെള്ളം ഇറ്റുവീഴുന്ന ഒച്ചമാത്രം.

വീട്ടിലായിരുന്നെങ്കിൽ ഇപ്പോൾ തവളകളുടെ ചെകിടടപ്പിക്കുന്ന സംഘഗാനം കേൾക്കാമായിരുന്നു.

എന്റെ മുറിയിലേക്കു ചെന്നപ്പോൾ മേരി എന്റെ മെത്ത കുടഞ്ഞു വിരിക്കുകയായിരുന്നു, നല്ല ചുറുചുറുക്കുള്ള ചലനങ്ങളായിരുന്നു അവരുടേത്.

"കൊച്ചിന് രാത്രിയിൽ കുടിക്കാൻ വെള്ളം വേണോ?"

ഞാൻ മറുപടിയൊന്നു പറഞ്ഞില്ല.

മേരി എന്നെ തറപ്പിച്ചൊന്ന് നോക്കിയിട്ടുപോയി.

ജാലകത്തിരശ്ശീല നിവർത്തിയിട്ടിട്ട് ഞാൻ വന്നു കിടക്കയിലിരുന്നു.

മേരി വീണ്ടും വരുമെന്ന് ഞാൻ വിചാരിച്ചതേയില്ല. ഒരു ജഗ്ഗു നിറയെ വെള്ളവും സ്ഫടികഗ്ലാസ്സും മേശപ്പുറത്തു കൊണ്ടുവച്ചിട്ട് അവർ പോയി.

എന്റെനേരെ ഒന്നു നോക്കിയതു കൂടിയില്ല.

ടൈംപീസിൽ നോക്കി. ഒൻപതു മണിയാകാൻ പത്തു മിനിട്ടുണ്ട്.

ഞാനതെടുത്ത് വൈൻഡു ചെയ്തു വച്ചു.

ലൈറ്റണച്ച് ഉറങ്ങാൻ കിടന്നു.

ഇരുട്ടിൽ കണ്ണുമിഴിച്ചു കിടന്ന എനിക്ക് പെട്ടെന്നൊന്നും ഉറങ്ങാൻ കഴിഞ്ഞില്ല. അപരിചിതമായ നേർത്ത ശബ്ദങ്ങൾ ശ്രദ്ധിച്ച് വളരെ നേരം ഞാൻ തിരിഞ്ഞും മറിഞ്ഞും കിടന്നു.

അമ്മയെക്കുറിച്ചോർത്തു. വീടിനെക്കുറിച്ചോർത്തു. എല്ലാവരും എത്ര അകലെ. ഗദ്ഗദം കണ്ഠത്തിൽ വന്ന് മുട്ടി നിൽക്കുന്നു.

ഗൃഹാതുരത സാവധാനം എന്നിൽ വന്ന് നിറയുകയാണോ?

മേരി എന്നെ കൊച്ച് എന്നു വിളിച്ചതിൽ എന്താണദ്ഭുതം.

ഞാൻ തലയിണയിൽ കവിളമർത്തി കിടന്നു. മൃദുവായ കിടക്ക. തലയിണയ്ക്ക് മൃദുവായ ഏതോ സുഗന്ധവും.

എപ്പോഴോ ഉറങ്ങിപ്പോയി.

ഒരുദിവസം വൈകുന്നേരം ഞാൻ കോളേജിൽ നിന്ന് വന്നപ്പോൾ പെരിവിങ്കിളിന്റെ മുന്നിൽ ഒരു ലോറി കിടപ്പുണ്ടായിരുന്നു. നിറയെ വീട്ടുസാധനങ്ങളായിരുന്നു അതിൽ. ജോലിക്കാർ കട്ടിലും മേശയും അലമാരയുമൊക്കെ വീട്ടിനുള്ളിലേക്ക് താങ്ങിയെടുത്തു കൊണ്ടുപോകുന്നു.

ഒഴിഞ്ഞു കിടന്ന പെരിവിങ്കിളിൽ പുതിയ താമസക്കാരെത്തിയിരിക്കുന്നു.

റോസ് കോട്ടേജിനും പെരിവിങ്കിളിനും ഇടയ്ക്ക് ഒരു അൻപതടി അകലം കാണും. പൊക്കം കുറഞ്ഞ ഒരു മതിലാണ് രണ്ടിനെയും വേർതിരിക്കുന്നത്, മതിലിന്റെ ഇപ്പുറത്തു നിന്നു നോക്കിയാൽ പെരിവിങ്കിൾ ഭംഗിയായി കാണാം.

ഒരാഴ്ച മുമ്പു മുതൽക്കേ പെരിവിങ്കിൾ വൃത്തിയാക്കാൻ തുടങ്ങിയിരുന്നു. പെയിന്റടിക്കലും ചെത്തിവാരലുമൊക്കെ കണ്ടപ്പോൾത്തന്നെ പുതിയ താമസക്കാർ വരുന്നു എന്ന സൂചന കിട്ടിയതാണ്.

റീത്താമാവി പ്രാവുകൾക്ക് തീറ്റ കൊടുത്തു കൊണ്ട് മുറ്റത്തു തന്നെ ഉണ്ടായിരുന്നു. അയൽവീട്ടിലെ ചലനങ്ങളെല്ലാം അവർ അശ്രദ്ധ ഭാവത്തോടെ ശ്രദ്ധിക്കുന്നുമുണ്ടായിരുന്നു.

"ആന്റപ്പന് ഇന്ന് ബസ് കിട്ടാൻ താമസിച്ചോ?"

"ഓ ഇല്ല. അഞ്ചു മണിയാകുന്നതേയുള്ളൂ."

ഞാൻ വാച്ചിൽ നോക്കി.

ആദ്യത്തെ ദിവസം തന്നെ മാവി നിർദ്ദേശങ്ങൾ തന്നിരുന്നു. നാലുമണിക്ക് കോളേജ് വിട്ടാൽ നേരേ വീട്ടിലെത്തണം. കൂട്ടുകൂടി നടന്ന് തോന്നുമ്പോൾ വീട്ടിൽ വരാമെന്ന് വിചാരിക്കേണ്ട.

ഞാനത് അക്ഷരം പ്രതി അനുസരിച്ചു. രാവിലെ ഒൻപതു മണിക്ക് റോസ് കോട്ടേജിൽ നിന്നിറങ്ങണം. അഞ്ചുമിനിറ്റ് നടന്നാൽ ബസ് സ്റ്റോപ്പിലെത്താം. ആ സമയത്തു മൂന്നാല് ബസുണ്ട്. എത്രയായാലും ഒൻപതേമുക്കാലിന് കോളേജിലെത്താം.

ഫിസിക്സിന്റേയോ കെമിസ്ട്രിയുടെയോ പ്രാക്ടിക്കലില്ലാത്ത ദിവസം വൈകുന്നേരം നാലു മണിക്കു തന്നെ ഞാൻ കോളേജിൽ നിന്നിറങ്ങുമായിരുന്നു.

അതു കൊണ്ടൊക്കെത്തന്നെയാവാം വളരെയടുത്ത സുഹൃത്തുക്കൾ എന്നു പറയാൻ കോളേജിൽ എനിക്കാരുമില്ലായിരുന്നു.

വസ്ത്രം മാറി ഭക്ഷണമുറിയിലേയ്ക്ക് പോയി. മേരി വാതിലിൽ വന്ന് എത്തി നോക്കിയിട്ട് പറഞ്ഞു.

“ദാ ഒരു മിനിറ്റ്. ഇപ്പോൾ ചായ തരാം.”

മേശയുടെ അടുത്ത് ഭിത്തിയോടു ചേർന്നുള്ള കസേരയിൽ ഞാനിരുന്നു. വാതിൽ തിരശ്ശീലയുടെ വിടവിലൂടെ അടുക്കളയിൽ പ്രവർത്തിയെടുക്കുന്ന മേരിയെ എനിക്കു കാണാം.

മേരിയെ എന്താണ് വിളിക്കേണ്ടതെന്ന് എനിക്കു നിശ്ചയമുണ്ടായിരുന്നില്ല. അതുകൊണ്ട് ഞാൻ ഒന്നും വിളിച്ചില്ല.

ചായയോടൊപ്പം അവൽ നനച്ചതും പഴവും മേരി മുന്നിൽ കൊണ്ടു വച്ചു. അവരുടെ മൂക്കിനു താഴെയുള്ള രോമങ്ങളിൽ വിയർപ്പു പൊടിഞ്ഞിരിക്കുന്നു. അവർ ശ്രദ്ധിക്കുന്നുണ്ട് എന്നറിഞ്ഞാൽ ഞാൻ അവരെ മുഖത്തോടു മുഖം നോക്കില്ലായിരുന്നു. ധൈര്യമില്ലായിരുന്നു എന്നു പറയുന്നതാവും ശരി. അറിയാതെ എന്റെ കണ്ണുകൾ താഴേക്കിറങ്ങിപ്പോയാൽ അതവർ കണ്ടുപിടിച്ചാലോ?

“കൊച്ചിന്റെ മുഖത്തെന്താ ഇന്നൊരു വാട്ടം?”

മേരി കസേര വലിച്ചിട്ട് എതിരെയിരുന്നു.

“ആരു പറഞ്ഞു? എനിക്കൊന്നുമില്ല.”

എന്നെ വെറുതെ ചൊടിപ്പിക്കണം എന്ന ഗൂഢമായ ഒരുദ്ദേശ്യം മേരിക്കുണ്ടെന്ന് എനിക്കറിയാമായിരുന്നു. ‘കൊച്ച്’ എന്ന വിളി എനിക്കിഷ്ടമായിട്ടില്ല എന്ന് മേരിക്കറിയാം. പക്ഷേ, പിന്നെ പിന്നെ ഞാനത് കാര്യമായെടുത്തില്ല.

“അപ്പുറത്ത് പുതിയ താമസക്കാർ വന്നതുകണ്ടോ?”

മേരി ചോദിച്ചു.

“ആരാണ്?”

“ആർക്കറിയാം? എന്തായാലും ഇനി കൊച്ചിന്റെ മാവിക്ക് നേരമ്പോക്കായി.”

“അതെന്താ?”

“അതങ്ങനെയാണ്. അല്ലെങ്കിൽ നമുക്കു കാണാം.”

ദുരൂഹതയുടെ ഒരു വല വീശിയെറിഞ്ഞിട്ട് മേരി ഒരു ഗൂഢസ്മിതവുമായി എഴുന്നേറ്റുപോയി. ഒന്നും ഊഹിക്കാൻ കഴിഞ്ഞില്ല. എന്തായിരിക്കും റീത്തമാവിയുടെ ഈ നേരമ്പോക്ക്?

ചായ കുടിച്ചു കഴിഞ്ഞ് ഞാൻ മാവിയുടെ അടുത്തേക്കു ചെന്നു.

പ്രാവുകൾക്കു തീറ്റകൊടുത്തു കഴിഞ്ഞിരുന്നില്ല മാവി. കണ്ണട ച്ചില്ലുകൾക്കു മുകളിലൂടെ അവരെ ഒന്നു നോക്കി.

"പുതിയ താമസക്കാരാണെന്നു തോന്നുന്നു" ഞാൻ പറഞ്ഞു.

"ഉം" അവർ അലക്ഷ്യമായി മൂളി.

അൽപ്പം കഴിഞ്ഞ് മാവി ആരോടെന്നില്ലാതെ പറഞ്ഞു:

"ആരായാൽ നമുക്കെന്താ? നമ്മൾ നമ്മുടെ കാര്യം നോക്കിക്ക ഴിഞ്ഞാൽ മതിയല്ലോ. അവരവർക്ക് അവരവരുടെ പാട്. മാനം മര്യാദയായി കഴിഞ്ഞാൽ എല്ലാവർക്കും നല്ലത്."

രണ്ടു ദിവസം കഴിഞ്ഞാണ് പുതിയ അയൽക്കാരുടെ ഒരു ഏകദേശ ചിത്രം ഞങ്ങൾക്കു കിട്ടിയത്. അപ്പനും അമ്മയും പ്രായമായ രണ്ട് പെൺമക്കളും അടങ്ങിയതായിരുന്നു ആ കുടുംബം.

പെരിവിങ്കിളിന്റെ ഗേറ്റിൽ ഒരു സൈൻ ബോർഡ് പ്രത്യക്ഷപ്പെ ട്ടു. പോൾ പൈലോക്കാരൻ.

വെളുത്ത് പൊക്കം കുറഞ്ഞ ഒരാളായിരുന്നു പോൾ പൈലോ ക്കാരൻ.

ഉച്ചിയിലെ മുടി നിശ്ശേഷം പോയിരിക്കുന്നു. കൃതാവുകൾ രണ്ടും നരച്ചിരിക്കുന്നു. ലേശം കുടവയർ. ഒരു വലിയ കൊമ്പൻമീശയാ യിരുന്നു അയാളുടെ വലിയ പ്രത്യേകത.

പൈലോക്കാരനെ അപേക്ഷിച്ച് ഭാര്യ റോസി ചെറുപ്പമായിരു ന്നു. പതിനെട്ടും ഇരുപതും വയസ്സുള്ള രണ്ടു പെൺകുട്ടികളുടെ അമ്മയാണ് അവരെന്ന് കണ്ടാൽ തോന്നില്ല. അമ്മയെപ്പോലെ തന്നെ മെലിഞ്ഞ് പൊക്കമുള്ളവരായിരുന്നു സോഫിയും എലിസ ബത്തും.

പോൾ പൈലോക്കാരന് എന്താണ് പണിയെന്ന് ഞങ്ങൾക്ക് അറിയാൻ കഴിഞ്ഞില്ല. പകൽസമയങ്ങളിൽ അയാൾ അലസനാ യി ഒന്നിനു പുറകേ ഒന്നായി ചുരുട്ടുകൾ പുകച്ച് മുൻവശത്ത് ഈസിച്ചെയറിൽ കിടന്ന് എന്തെങ്കിലും വായിക്കുന്നതൊ മനോരാജ്യം കാണുകയോ ചെയ്യുന്നതാണ് ഞങ്ങൾ കാണാറുള്ളത്.

ഇരുന്നും കിടന്നും മടുക്കുമ്പോൾ അയാൾ മുടിയില്ലാത്ത തല കൈകൊണ്ടുഴിഞ്ഞ് മുറ്റത്ത് തെക്കു വടക്ക് നടക്കും. ഗഹനമായ ഏതോ ചിന്ത അയാളുടെ തലയ്ക്കുള്ളിൽ പുകയുന്നുണ്ടാവണം. ഒരുപക്ഷേ അയാളൊരു എഴുത്തുകാരനാവാം.

ആരായിരുന്നു കൂടുതൽ സുന്ദരി? സോഫിയയോ എലിസബ ത്തോ? സോഫിയയെ മാത്രമേ എനിക്ക് വളരെയടുത്തു കാണാൻ കഴിഞ്ഞുള്ളൂ. ഒരു സായാഹ്നത്തിൽ ഞാൻ പുറത്തു പോയിട്ടു വരു

മ്പോൾ പെരിവിങ്കിളിന്റെ ഗേറ്റിൽ പിടിച്ച് സോഫിയ നിൽക്കുന്നുണ്ടായിരുന്നു. അഴകുള്ള നീണ്ട വിരലുകളാണ് ആദ്യം എന്റെ ശ്രദ്ധയിൽപ്പെട്ടത്.

നടുവിരലിൽ ചുവന്ന കല്ലു പതിച്ച ഒരു സ്വർണ്ണമോതിരം അവൾ അണിഞ്ഞിരുന്നു.

ഒരു മാലാഖയുടെ മുഖമായിരുന്നു സോഫിയയ്ക്ക് നീലകണ്ണുകളുള്ള ഒരു പെൺകുട്ടിയെ ഞാൻ ആദ്യമായി കാണുകയായിരുന്നു. ചുമലിന് അല്പം താഴെവച്ചു മുറിച്ച തവിട്ടുനിറം കലർന്ന മുടിയായിരുന്നു അവളുടേത്.

വെള്ള സിൽക്കിന്റെ അയഞ്ഞ നീളൻ കുപ്പായമാണ് അവൾ ധരിച്ചിരുന്നതെങ്കിലും വടിവൊത്ത കൈകാലുകളുടെയും ഉടലിന്റെയും വശ്യത ഉടയാടയ്ക്കു പുറമെ ദൃശ്യമായിരുന്നു.

സോഫിയ എപ്പോഴും വീട്ടിൽത്തന്നെയുണ്ടാവും. അവൾ പഠിപ്പ് അവസാനിപ്പിച്ചിരിക്കണം. എന്നും ഉച്ച കഴിയുമ്പോൾ എലിസബത്ത് ബുക്കുകൾ മാറിലമർത്തി എവിടേക്കോ പോകാറുണ്ട് എന്ന് മേരി പറഞ്ഞു. ടൈപ്പ് റൈറ്റിങ്ങോ തയ്യലോ പാചകകലയോ അഭ്യസിക്കാൻ അവൾ എവിടെയെങ്കിലും പോകുന്നതാവാം.

അയൽക്കാർ തമ്മിൽ പൊതുവെ സൗഹൃദം കുറവായിരുന്നു.

റീത്താമാവി ഏതെങ്കിലും വീട് സന്ദർശിക്കാൻ പോകുകയൊ ആരെങ്കിലും റോസ് കോട്ടേജിലേക്ക് വരികയോ അപൂർവ്വമായിരുന്നു. നഗരങ്ങളിൽ ഇങ്ങനെയൊക്കെയാവാം പതിവ്. പെരിവിങ്കിളിലെ പുതിയ താമസക്കാർ അകലം സൂക്ഷിച്ചത് അതുകൊണ്ട് ഒരദ്ഭുതമായിത്തോന്നിയില്ല എനിക്ക്.

മതിലിനു മുകളിലൂടെയെത്തുന്ന ശബ്ദങ്ങൾ പൈലോക്കാരൻ എന്നൊരാത്മാവും കുടുംബവും തൊട്ടടുത്ത് താമസമുണ്ടെന്ന കാര്യം ഞങ്ങളെ ഓർമ്മിപ്പിച്ചു കൊണ്ടിരുന്നു.

ഒഴുകിയെത്തുന്ന സംഗീതം, പൊട്ടിച്ചിരികൾ, ഉച്ചത്തിലല്ലാത്ത സംസാരം, ഫോൺ ബെല്ലിന്റെ ശബ്ദം എല്ലാം റോസ് കോട്ടേജിലേക്ക് വിരുന്നു വരുമായിരുന്നു.

ഒരു വൈകുന്നേരം ഞാൻ കോളേജിൽ നിന്നു വന്നപ്പോൾ റോസ് കോട്ടേജിന്റെ വാരാന്തിയിലെ ചൂരൽ കസേരയിൽ ഗ്ലാസ്സിലെ പൈനാപ്പിൾ ജ്യൂസ് നുണഞ്ഞു കൊണ്ട് ജീൻസ് ധരിച്ച ഒരു ചെറുപ്പക്കാരൻ ഇരിപ്പുണ്ടായിരുന്നു. സംശയിച്ചാണ് ഞാൻ പടികയറിച്ചെന്നത്.

വരാന്തയുടെ കൈവരിമേൽ കയറ്റിവച്ചിരുന്ന കാലുകൾ താഴ

ത്തിട്ട് അയാൾ എഴുന്നേറ്റു,

"ആന്റണിയല്ലേ?"

അതെയെന്ന് ഞാൻ തലകുലുക്കി.

"ഹലോ ആന്റണി എന്നെ ഓർക്കുന്നുണ്ടോ?"

സ്വർണ്ണ ബ്രേസ്‌ലറ്റ് അണിഞ്ഞ ഒരു കൈ നീണ്ടു വന്നു.

ജോണിച്ചായൻ.

ഞാൻ ആ കൈയിൽ പിടിച്ചു. ജോണിച്ചായന്റെ കരുത്തിനെപ്പറ്റി അപ്പോൾ എനിക്ക് ഊഹിക്കാൻ കഴിഞ്ഞു.

"ഞാൻ വന്നപ്പോൾത്തന്നെ അമ്മച്ചി ആന്റണിയുടെ കാര്യം പറഞ്ഞു.

"ഐ ആം ഗ്ലാഡ് യു ആർ ഹിയർ. അമ്മച്ചിക്ക് ഒരു കൂട്ടായല്ലോ. എന്നെപ്പറ്റി ആന്റണിക്ക് മനസ്സിലായിക്കാണുമല്ലോ. എപ്പോഴും കറക്കമാണ്."

ജോണിച്ചായനെ നോക്കിക്കാണുകയായിരുന്നു ഞാൻ. ഉറച്ച പേശികളുള്ള നീണ്ട ദൃഢമായ ശരീരമായിരുന്നു ജോണിച്ചായന്റേത്. റീത്തമാവിയുടെ നിറം തന്നെ. വെയിലേറ്റതു കൊണ്ടാവാം മുഖവും കൈത്തണ്ടയും ലേശം നിറം മങ്ങിയിരിക്കുന്നു. കോളറില്ലാത്ത വെള്ള ഷർട്ടിന്റെ മുൻവശം തുറന്നു കിടക്കുന്നു. കഴുത്തിന് അല്പം താഴെ മാത്രം നിൽക്കുന്ന സ്വർണ്ണ ചെയിൻ.

"എങ്ങനെയുണ്ട് ഇവിടെ ജീവിതം? ആന്റണിക്ക് ഇഷ്ടമായോ?" ഞാൻ വെറുതെ ചിരിച്ചതേയുള്ളൂ.

റീത്താമാവിയുടെ അടുക്കള സജീവമാകാൻ തുടങ്ങി. ചിമ്മിനിയിൽ പുകയൊഴിഞ്ഞ സമയമില്ലാതായി. ജോണിച്ചായൻ ഒരു തീറ്റപ്രിയനായിരുന്നു. റീത്തമാവി ഒരു പാചകവിദഗ്ദ്ധയും.

"ചിറ്റേ നമ്മുടെ ആന്റണി എങ്ങനെ?" ചൂടാറാത്ത കേക്കിന്റെ ഒരു കഷണം പൊട്ടിച്ച് വായിലിട്ടു കൊണ്ട് ജോണിച്ചായൻ മേരിയോടു ചോദിച്ചു.

"മോശം. ജോണിയുടെ ഏഴയലത്തു വരില്ല. ഒരു പിടി ചോറോ, രണ്ടു കഷണം റൊട്ടിയൊ തിന്നുമ്പോഴേക്കും മതിയായിക്കഴിയും."

"വെറുതെ തിന്നാലും പോര. നല്ല വ്യായാമവും ചെയ്യണം. ആന്റണി കളിക്കുമോ? ടെന്നീസ്? ബാഡ്മിന്റൻ?"

ജോണിച്ചായൻ എന്റെ നേരെ നോക്കി.

ഞാൻ നിഷേധാർത്ഥത്തിൽ തലയാട്ടി.

"അതിന് ആന്റപ്പനെവിടെ സമയം? കോളേജ് വിട്ടാൽ നേരെ ഇങ്ങു പോരും. ഇവിടെ വന്നാൽ പിന്നെ ആരുടെ കൂടെ കളിക്കാ

നാ?" റീത്താമാവി വാത്സല്യപൂർവ്വം എന്നെ നോക്കി.

"ചിറ്റയും കളി പഠിക്കട്ടെ. തടിയൊന്നു കുറയുമല്ലോ. നമുക്ക് പിന്നാമ്പുറത്ത് ഒരു കോർട്ടുണ്ടാക്കാം."

മേരി എന്നോടൊപ്പം ബാഡ്മിന്റൻ കളിക്കുന്ന കാര്യം ഓർത്തപ്പോൾത്തന്നെ എനിക്ക് ചിരിവന്നു.

"എന്നാലും നിനക്ക് എന്റെ കൂടെ ഇവിടെ വന്ന് താമസിക്കാൻ വയ്യ അല്ലെ?" മാവി ജോണിച്ചായനു നേരെ തിരിഞ്ഞു.

"അമ്മച്ചിക്ക് എന്റെ ജോലിയെപ്പറ്റി അറിയില്ലെ?"

"എന്താ അതു വേണ്ടെന്നു വച്ചാൽ?"

"അറിയാവുന്ന പണിയല്ലെ ചെയ്യാൻ പറ്റൂ?"

"അത് ഇവിടെയായാൽ പറ്റില്ലെ?"

"യെസ്. വി ഷാൽ ഡിസ്കസ് ദാറ്റ് ലേറ്റർ."

ജോണിച്ചായൻ മാവിയെ നോക്കി പുഞ്ചിരിച്ചു.

ഞങ്ങൾ ജോണിച്ചായന്റെ മുറിയിലേക്ക് പോയി.

ജോണിച്ചായന്റെ മുറി ഞാൻ നേരത്തെ കണ്ടിരുന്നില്ല. ഇതുവരെ അടഞ്ഞു കിടക്കുകയായിരുന്നു അത്. അടിച്ചു വാരാൻ മേരി മാത്രമേ വല്ലപ്പോഴും ആ മുറി തുറക്കാറുള്ളൂ.

ജോണിച്ചായൻ ഒരു സിഗരറ്റെടുത്തു കത്തിച്ചു.

"ആന്റണി സ്മോക്ക് ചെയ്യുമോ?"

"ഇല്ല."

സൈഡ്ടേബിളിൽ വളരെപ്പഴയ ഒരു ഗ്രാമഫോൺ ബോക്സുണ്ടായിരുന്നു. റെക്കേഡ് സ്റ്റാൻഡിൽ പഴയതും പുതിയതുമായ കുറേ ഡിസ്ക്കുകളും.

"എന്റെ പ്രായം തന്നെ കാണും ഈ ഗ്രാമഫോണിന്. പണ്ട് പപ്പായുടെ ജീവനായിരുന്നു. ഒരു കേടുമില്ല ഇപ്പോഴും."

ജോണിച്ചായൻ ഗ്രാമഫോണിന്റെ മൂടി തുറന്നു. ഹാൻഡിലിൽ പിടിച്ച് കുറെ കറക്കിയ ശേഷം ഒരു റെക്കേഡെറെടുത്തു വച്ചു. മുറിയിൽ പാശ്ചാത്യ സംഗീതം നിറഞ്ഞു.

- ബാക്ക് ഇൻ ദി യു. എസ്. എസ്. ആർ...

"ബീറ്റിൽസ് ആണ്." ജോണിച്ചായൻ പറഞ്ഞു. അദൃശ്യമായ സംഗീത വീചികൾക്കൊത്ത് ജോണിച്ചായന്റെ ശരീരം അവ്യക്തമായി ഉലയുന്നത് എനിക്ക് അറിയാൻ കഴിഞ്ഞു.

"പെരുവിങ്കിളിൽ ആരാണ് പുതിയ താമസക്കാർ?"

ഞാൻ ജാലകത്തിലൂടെ പുറത്തേക്ക് നോക്കി. പെരിവിങ്കിളിന്റെ മുകളിലത്തെ നിലയുടെ വടക്കേ അറ്റത്തെ മുറിയും അതിന്റെ

മുന്നിലുള്ള ചെറിയ ബാൽക്കണിയും അവിടെ നിന്ന് ഒട്ടുമാവിന്റെ മറവില്ലാതെ വ്യക്തമായി കാണാം.

"പോൾ പൈലോക്കാരനും കുടുംബവുമാണ്."

"ആരാണ് പാർട്ടി?"

ഞാൻ കൈ മലർത്തി.

പിന്നെ അറിയാവുന്ന വിവരങ്ങളെല്ലാം പറഞ്ഞു.

"ഇന്റ്റസ്റ്റിംങ്ങ്." പൈലോക്കാരന്റെ നിഗൂഢതയുടെ പരിവേഷമുള്ള ജീവിതത്തെക്കുറിച്ചോർത്തപ്പോൾ ജോണിച്ചായൻ പറഞ്ഞു.

അപ്പോൾ പെരിവിങ്കിളിന്റെ മുകളിലത്തെ മുറിയുടെ ജാലകം തുറക്കപ്പെട്ടു. തുടർന്ന് വെള്ളഗൗൺ ധരിച്ച ഒരു പെൺകുട്ടി ബാൽക്കണിയിലേക്കു വന്ന് മുടിയിഴകളിലൂടെ വിരൽ കടത്തിക്കൊണ്ട് അലസമായി നിന്നു.

"അതാരാണ്?"

"അതാണ് സോഫിയ."

"സോഫിയ പൈലോക്കാരൻ. അതോ സോഫിയാ ലോറനൊ?"

ജോണിച്ചായൻ മുഖം തിരിച്ച് എന്റെ നേരെ നോക്കി.

"ഒന്നുകൂടിയുണ്ട്, അല്ലെ?"

"ഉം എലിസബത്ത്"

"ഓ എലിസബത്ത് ടെയ്‌ലർ! എന്തായാലും ആന്റണിക്ക് ഇവിടെ ബോറടിക്കേണ്ടി വരില്ല."

ജോണിച്ചായനെ എപ്പോഴൊ ഞാൻ ഇഷ്ടപ്പെടാൻ തുടങ്ങിയിരുന്നു. ജോണിച്ചായൻ മൃദുവായി ചൂളംകുത്തി. അത് പെരിവിങ്കിൾ വരെ എത്തുകയില്ല. എങ്കിലും അവൾ തിരിഞ്ഞ് അലസമായി റോസ് കോട്ടേജിന്റെ ജാലകത്തിലേക്ക് ഒരു നോട്ടമെറിഞ്ഞിട്ട് അകത്തേക്കു പോയി.

ഭിത്തിയിൽ നിറം മങ്ങിത്തുടങ്ങിയ ഒരു പോസ്റ്ററുണ്ടായിരുന്നു. മുടി നീട്ടിവളർത്തിയ നാല് യുവാക്കളുടെ. അത് നേരത്തെ ഞാൻ കണ്ടിട്ടുണ്ടായിരുന്നു. ബീറ്റിൽസ്. എതിരെയുള്ള ഭിത്തിയിൽ പഴക്കമില്ലാത്ത ഒരു ബ്ളോ അപ് കൂടിയുണ്ട്. കണ്ണുകളിൽ കുസൃതിച്ചിരിയുമായി തുറന്ന ഷർട്ടും ജീൻസും ധരിച്ച ഒരു യുവാവ്.

"അതാണ് ജോൺ ട്രവോൾട്ട. ഹോളിവുഡ് ആക്ടറാണ്."

ഞാൻ നോക്കുന്നതു കണ്ടപ്പോൾ ജോണിച്ചായൻ പറഞ്ഞു.

"ജോണീ..." റീത്താമാവി വന്നു വിളിച്ചു.

"നീ എന്തെടുക്കുകയാണ് ഇവിടെ?"

"ഞങ്ങൾ വെറുതെ സംസാരിച്ചിരിക്കുകയായിരുന്നു. എന്താ

അമ്മച്ചി?"

ഗ്രാമഫോണിലിരുന്ന് തിരിയുന്ന റെക്കോഡു നോക്കി മാവി അര നിമിഷം നിന്നു. അവരുടെ ഇമകളൊന്ന് ചെറുതായോ?

"നിനക്കെന്താണ് കുടിക്കാൻ വേണ്ടത്?"

"പാലൊഴിക്കാതെ ഒരു കാപ്പി തന്നാൽ മതി. ആന്റണിക്കോ?"

"എനിക്കൊന്നും വേണ്ട."

"അതു പോരാ. ആന്റണിക്ക് അൽപ്പം ജ്യൂസ് ആയിക്കോട്ടെ."

എനിക്ക് ഒട്ടും ദാഹമുണ്ടായിരുന്നില്ല. പക്ഷേ, ജോണിച്ചായനെ നിരാശപ്പെടുത്തേണ്ട എന്ന് ഞാൻ തീരുമാനിച്ചു.

"കുറച്ച് നെയ്മീൻ കിട്ടിയിട്ടുണ്ട്. എന്തുവേണം? കറിവയ്ക്കണോ അതോ പൊരിക്കണോ?" മാവി ജോണിച്ചായനോടു ചോദിച്ചു.

ജോണിച്ചായൻ അല്പനേരം ആലോചിച്ചു. പിന്നെ ഒരു തീരുമാനത്തിലെത്തിയ ആഹ്ളാദത്തോടെ പറഞ്ഞു:

"പാതി കറിവയ്ക്ക്, ബാക്കി പൊരിക്ക്."

മാവി ചിരിച്ചു കൊണ്ടു പോയി.

കറുത്ത കാപ്പിയും പൈനാപ്പിൾ ജ്യൂസുമെത്തി

"അൽപ്പം ബ്രാണ്ടിയുണ്ടായിരുന്നെങ്കിൽ കാപ്പിയിൽ ലേസ്ചെയ്തു കഴിക്കാമായിരുന്നു. നല്ല മൂഡുണ്ട് ഇപ്പോൾ."

ജോണിച്ചായൻ പറഞ്ഞു. കാപ്പി മൊത്തിക്കുടിച്ച് ജോണിച്ചായൻ എന്തോ ആലോചിച്ച് ഇരുന്നു. ജോണിച്ചായൻ കുളിക്കാൻ പോയപ്പോൾ ഞാൻ എന്റെ മുറിയിലേക്ക് പോന്നു.

മണി ഏഴ്.

പിറ്റേന്ന് ഫിസിക്സിന്റെ ടെസ്റ്റ്പേപ്പറുണ്ട്. രണ്ട് പ്രോബ്ളം ചെയ്തു നോക്കി. അപ്പോഴേക്കും എനിക്കു മടുത്തു. കുറെ ഡെഫനിഷൻസുണ്ട്. അവ കാണാപ്പാഠമാണ്.

കട്ടിലിൽ തലയണയുയർത്തി വച്ചു കണ്ണുകളടച്ചു കിടന്നു. ബാത്ത്റൂമിൽ ധാരയായി ഒഴുകിവീഴുന്ന ജലത്തിന്റെ ശബ്ദം കേൾക്കാം. ഏതോ പാട്ടിന്റെ മൂളലും. റീത്താമാവി മേരിയോട് എന്തോ പറയുന്നു. വ്യക്തമല്ല. പെരിവിങ്കിളിൽ ഫോൺ നിറുത്താതെ ബെല്ലടിക്കുന്നു.

ഒന്നു മയങ്ങിയെന്നു തോന്നുന്നു.

ജോണിച്ചായന്റെ പൊട്ടിച്ചിരി കേട്ടാണ് കണ്ണു തുറന്നത്.

അപ്പോൾ മേരി വന്നു ചോദിച്ചു:

"കൊച്ച് വിശന്നു ക്ഷീണിച്ചു പോയോ?"

ഞാൻ എഴുന്നേറ്റിരുന്നു.

"വാ. ദേണ്ടെ എല്ലാരും നോക്കിയിരിക്കുന്നു..."

ഞാൻ മുഖം കഴുകി ഭക്ഷണമുറിയിലേക്കു ചെന്നു. മേശപ്പുറത്ത് വിഭവങ്ങളെല്ലാം നിരന്നിട്ടുണ്ട്. ജോണിച്ചായൻ തൂവെള്ള കുർത്തയും മുണ്ടുമാണ് ധരിച്ചിരുന്നത്. എന്തു ധരിച്ചാലും ജോണിച്ചായന് നല്ല ചേർച്ച.

ജോണിച്ചായൻ എന്റെ ഹീറോ ആയി മാറുകയാണോ? അന്ന് രാത്രി ഉറങ്ങിയപ്പോൾ രാത്രി വളരെ വൈകിയിരുന്നു. സംസാരിച്ച് നേരം പോയതറിഞ്ഞില്ല. കുറെ കഴിഞ്ഞപ്പോൾ റീത്താമാവി എഴുന്നേറ്റുപോയി.

പിന്നെ ഞാൻ ഗുഡ്നൈറ്റ് പറഞ്ഞ് ഉറങ്ങാൻ പോരുമ്പോഴും ജോണിച്ചായൻ വരാന്തയിലെ ചൂരൽക്കസേരയിലിരുന്ന് സിഗരറ്റു വലിക്കുകയായിരുന്നു. അപ്പോൾ തടാകത്തിന്റെ മറുകരയിലെ കുന്നിൻ ചരിവിലുള്ള വീടുകളിലൊന്നിൽ പൊട്ടു പോലെ പ്രകാശമുണ്ടായിരുന്നു.

രണ്ടു ദിവസം കഴിഞ്ഞ് ജോണിച്ചായൻ മടങ്ങിപ്പോയി.

"ഇനി എന്നാണ് വരുന്നത്?" പോകുമ്പോൾ ഞാൻ ചോദിച്ചു.

"ഒന്നും പറയുക വയ്യ ആന്റണി." ജോണിച്ചായൻ മന്ദഹസിച്ചു.

"ആന്റണി കൂടി ഇവിടെയുള്ളതു കൊണ്ട് എനിക്ക് ആഹ്ലാദം തോന്നുന്നു. എങ്കിലും അധികം വൈകാതെ വരാം."

പ്രത്യേകിച്ചൊന്നും സംഭവിക്കാതെ ദിവസങ്ങൾ നീങ്ങിക്കൊണ്ടിരുന്നു. ഞാൻ മുടങ്ങാതെ കോളേജിൽ പോയി. ചെടികൾക്ക് വെള്ളമൊഴിച്ചും പുതിയ പാചകവിധികൾ പരീക്ഷിച്ചും പ്രാവുകൾക്ക് തീറ്റ കൊടുത്തും റീത്താമാവിയും. മാവിയെ സഹായിച്ച് മേരിയും ദിവസങ്ങൾ ചെലവഴിച്ചു.

അങ്ങനെയിരിക്കുമ്പോഴാണ് പെട്ടെന്നൊരു ദിവസം പെരിവിങ്കിൾ ഞങ്ങളുടെ ശ്രദ്ധാകേന്ദ്രമായിത്തീർന്നത്.

വൈകുന്നേരം ഞാൻ കോളേജിൽ നിന്നും വന്ന് മുറ്റത്ത് വെറുതെ ഉലാത്തുകയായിരുന്നു. പെരുവിങ്കിളിന്റെ പോർച്ചിൽ ഒരു ചുവന്ന ഫിയറ്റ് കാർ കിടക്കുന്നത് വന്നപ്പോൾത്തന്നെ ഞാൻ കണ്ടതാണ്. അതിഥികൾ ആരോ വന്നതാവാം.

കുറച്ചു കഴിഞ്ഞപ്പോൾ സ്വർണ്ണഫ്രെയ്മുള്ള കണ്ണട ധരിച്ച ഒരു മദ്ധ്യവയസ്ക്കൻ പുറത്തേക്കിറങ്ങി വന്ന് കാറിൽ കയറി ഓടിച്ചുപോയി. റോസ് പൈലോക്കാരൻ അതു നോക്കി വരാന്തയിൽ നിൽപ്പുണ്ടായിരുന്നു. കാറ് കണ്ണിൽ നിന്ന് മറഞ്ഞപ്പോൾ അവർ വന്ന് ഗേറ്റടച്ചിട്ട് വീണ്ടും ഉള്ളിലേയ്ക്ക് കയറിപ്പോയി.

അപ്പോൾ വരാന്തയിൽ പോൾ പൈലോക്കാരന്റെ ഈസിച്ചെയർ ഒഴിഞ്ഞു കിടക്കുകയായിരുന്നു.

സന്ധ്യ കഴിഞ്ഞപ്പോഴാണ് അതുണ്ടായത്. പെരിവിങ്കളിൽ നിന്ന് പെട്ടെന്ന് ശബ്ദങ്ങളുയർന്നു. സ്ഫടികപാത്രങ്ങൾ ഉടയുന്നു. മരസാമാനങ്ങൾ തട്ടിമുട്ടി വീഴുന്നു. ആക്രോശങ്ങൾ. ശാപവചനങ്ങൾ.

പോൾ പൈലോക്കാരന്റെ ശബ്ദം മാത്രമേ ഉയർന്നു കേട്ടുള്ളൂ. വല്ലപ്പോഴും റോസിയുടെതും.

സ്വീകരണമുറിയുടെ ജാലകത്തിനരികെ നിന്നു കൊണ്ട് റീത്താമാവി ഇതെല്ലാം കൗതുകത്തോടെ ശ്രദ്ധിക്കുന്നു. അടുത്തു തന്നെ കാതോർത്തു കൊണ്ട് മേരിയും കുറെക്കഴിഞ്ഞപ്പോൾ ശബ്ദങ്ങളെല്ലാം അടങ്ങി.

രണ്ട്

നേരിയ തലവേദന ക്ലാസ്സിലിരിക്കുമ്പോൾ തന്നെ എനിക്ക് അനുഭവപ്പെട്ടിരുന്നു. വൈകുന്നേരം ബസ്സിറങ്ങി റോസ് കോട്ടേജിലേയ്ക്ക് നടന്നപ്പോഴാണ് നിസ്സാരമല്ലാത്തവിധം തല വിങ്ങുന്നുണ്ടെന്ന് മനസ്സിലായത്.

കടുപ്പമുള്ള ചായ കുടിച്ചാൽ മാറാനുള്ളതേയുള്ളൂ എന്ന് ഞാൻ വിചാരിച്ചു.

“നല്ല കടുപ്പത്തിൽ തന്നെ ഒരു ചായവേണം”

ചെന്നപ്പോൾത്തന്നെ മേരിയോടു പറഞ്ഞു.

“എന്തുപറ്റി?”

“ഒരു തലവേദന.”

മേരി വേഗം ചായയുമായി വന്നു. ഊണുമുറിയിലെ കസേരയിൽ കൈകളിൽ മുഖം താങ്ങി ഇരിക്കുകയായിരുന്നു ഞാൻ.

“പനിയുണ്ടോ?” ചായ മേശപ്പുറത്തു വച്ചിട്ട് മേരി കുനിഞ്ഞ് എന്റെ നെറ്റിയിലും കഴുത്തിലും കൈവച്ചു നോക്കി. അപ്പോൾ മേരിയുടെ ഇടത്തേ മുല എന്റെ കവിളിൽ മുട്ടി.

“ചെറിയ ചൂടുണ്ട്. സാരമില്ല. ഞാനൊരു മരുന്ന് ശരിയാക്കിത്തരാം. പനിയും തലവേദനയുമൊക്കെ നാളത്തേക്ക് പമ്പ കടക്കും.”

ചായ കുടിച്ചിട്ടും ഫലമൊന്നുമുണ്ടായില്ല.

രാത്രി ഞാൻ ഭക്ഷണം കഴിച്ചില്ല. വിശപ്പില്ലായിരുന്നു. ഒന്നും കഴിക്കേണ്ട എന്ന് റീത്തമാവിയും പറഞ്ഞു. മാവിക്ക് ആകെ പരിഭ്ര

മമായിരുന്നു. വെറും ജലദോഷം തന്നെയായിരിക്കുമോ? വെയിലത്തിറങ്ങി നടന്നോ, കുളിച്ചിട്ട് തല നന്നായി തോർത്തിയില്ലേ എന്നൊക്കെ മാവി ചോദിച്ചു.

ഉറങ്ങാൻ കിടക്കും മുമ്പ് മേരി പറഞ്ഞ മരുന്നു കൊണ്ടു വന്നു തന്നു. കുരുമുളകും കരുപ്പെട്ടിയും ചുക്കും തിളപ്പിച്ചുണ്ടാക്കിയ കഷായം. ജലദോഷമുണ്ടാകുമ്പോൾ വീട്ടിൽ വച്ച് അമ്മ തരുന്നതും ഈ മരുന്നു തന്നെയായിരുന്നു.

രാത്രി നന്നായി പനിച്ചു. അമ്മ വന്ന് എന്റെ കിടക്കയിലിരുന്ന് എന്നെ ശുശ്രൂഷിക്കുന്നതായി ഞാൻ സ്വപ്നം കണ്ടു. അമ്മയുടെ രൂപം മേരിയായി രൂപാന്തരപ്പെട്ടു. എന്റെ കവിളിലും കഴുത്തിലും നെഞ്ചിലുമൊക്കെ ചൂടുള്ള വിരലുകൾ ഉഴിയുന്നു. കൈകൾ കൊണ്ടു പൊതിഞ്ഞു എനിക്കു ചൂടു പകർന്ന് കൊണ്ട് ഒപ്പം കിടക്കുന്നു.

മൂന്നു ദിവസം കോളേജിൽ പോകാൻ കഴിഞ്ഞില്ല. ശരീരവേദനയും തൊണ്ടകാറലും ചുമയുമായി മുറിക്കുള്ളിൽത്തന്നെ കഴിയേണ്ടി വന്നു. മൂന്നു ദിവസത്തെ ക്ലാസ്സുകൾ നഷ്ടപ്പെട്ടു. ഒരു കെമിസ്ട്രി പ്രാക്ടിക്കലും. നഷ്ടപ്പെട്ട ദിവസങ്ങളിലെ നോട്ടുകൾ ഒഴിവുസമയങ്ങളിൽ ക്ലാസ്സിൽ വെച്ചു തന്നെ എഴുതിയെടുത്തു.

കെമിസ്ട്രിയുടെ നോട്ട്സ് കൃഷ്ണവേണിയോട് വാങ്ങിച്ച് എഴുതാം എന്ന് തീരുമാനിച്ച നിമിഷം അസുലഭ ഭംഗിയുള്ള ഒന്നായിരുന്നു.

കൃഷ്ണവേണി ഞങ്ങളുടെ ക്ലാസ്സിലെ ശാലീനയായ ഒരു സുന്ദരിപ്പെണ്ണാണ്. വലിയ ബോർഡറുള്ള പട്ടുപാവാടയുടുത്ത് വാലിട്ട് കണ്ണെഴുതി പിച്ചിപ്പൂമാലയും ചൂടിയാണ് അവൾ എന്നും ക്ലാസ്സിൽ വന്നിരുന്നത്. ഉള്ളം കൈയിലും തുടുത്ത പാദങ്ങളിലും മൈലാഞ്ചിയിടുന്ന കൃഷ്ണവേണിയെ ഞാനും ആരാധിച്ചിരുന്നു.

കൃഷ്ണവേണിയോട് ഒരിക്കൽ മാത്രമേ ഞാൻ സംസാരിച്ചിരുന്നുള്ളൂ. അതും ഒന്നോ രണ്ടോ വാക്കുകൾ മാത്രം.

കോളേജിൽ ചേർന്ന ആദ്യത്തെ ആഴ്ചയിലെ ഒരു ദിനം. ഉച്ചയ്ക്കു ഓഫീസിൽ നിന്ന് ഫീസടച്ച രസീതു വാങ്ങി മെയിൻ ബിൽഡിംഗിന്റെ ഇടതുവശത്തെ സ്റ്റെയർ കേസറിങ്ങി ക്ലാസ്സിലേയ്ക്കു പോവുകയായിരുന്നു ഞാൻ.

എതിരേ വന്ന പട്ടുപാവടയുടുത്ത പെൺകുട്ടി ലജ്ജകലർന്ന മന്ദഹാസത്തോടെ ചോദിച്ചു.

"കോ-ഓപ്പറേറ്റീവ് സ്റ്റോർ എവിടെയാണ്?"

"അതാ ആ കാണുന്ന രണ്ടുനിലക്കെട്ടിടമില്ലേ. അതിന്റെ താഴ

ത്തെ നിലയിൽ വടക്കേ അറ്റത്തെ റൂമാണ്"

ഞാൻ കൈ ചൂണ്ടി കാണിച്ചു കൊടുത്തു.

ഞങ്ങളുടെ ക്ലാസ്സിലെ കുട്ടിയാണ് എന്നറിയാമായിരുന്നെങ്കിലും അവളുടെ പേര് അപ്പോൾ എനിക്കജ്ഞാതമായിരുന്നു.

"എന്തു വാങ്ങാനാണ്?" ഞാൻ അന്വേഷിച്ചു.

"റീഡേഴ്സ് ഡിലൈറ്റ് എനിക്കിതു വരെ കിട്ടിയില്ല."

ഇംഗ്ലീഷ് പ്രോസിന്റെ ടെക്സ്റ്റായിരുന്നു റീഡേഴ്സ് ഡിലൈറ്റ്.

പിന്നീടു ഏകാന്തതയിലിരുന്ന് പലപ്പോഴും അവളുടെ ചോദ്യവും എന്റെ ഉത്തരവും എന്റെ ചോദ്യവും അവളുടെ ഉത്തരവും ഞാൻ മനസ്സിൽ പല പ്രാവശ്യം ആവർത്തിച്ച് ആഹ്ളാദം കൊള്ളുമായിരുന്നു.

കൃഷ്ണവേണിയെ അകലെ നിന്ന് ആരാധിക്കാനല്ലാതെ വീണ്ടും ഒരു വാക്ക് സംസാരിക്കാനുള്ള ധൈര്യമൊ സാഹചര്യമൊ ഉണ്ടായില്ല. അങ്ങനെയിരിക്കുമ്പോഴാണ് നോട്ട്സ് ചോദിക്കുവാനുള്ള സന്ദർഭം വന്നു ചേർന്നത്. ചോദിച്ചപ്പോൾ നോട്ട്ബുക്ക് സന്തോഷപൂർവ്വം അവൾ എടുത്തു തന്നു.

"എന്തു പറ്റി? രണ്ടുമൂന്നു ദിവസം കണ്ടില്ലല്ലോ."

ക്ലാസ്സിൽ എന്റെ അഭാവം അവൾ ശ്രദ്ധിച്ചിരിക്കുന്നു.

"പനിയായിരുന്നു".

"ക്ഷീണിച്ചു പോയി കേട്ടോ."

മുത്തുപോലെ വെണ്മയുള്ള പല്ലുകൾ കാട്ടി അവൾ ചിരിച്ചു.

അന്ന് സന്ധ്യയ്ക്ക് കൃഷ്ണവേണിക്കും ചുറ്റും പുതിയ സ്വപ്നങ്ങൾ നെയ്തു കൊണ്ടാണ് ഞാൻ നോട്ട്സ് പകർത്തുവാൻ തുടങ്ങിയത്. റീത്താമാവി കടന്നുവന്നത് എന്റെ ശ്രദ്ധയിൽപ്പെട്ടില്ല.

"ആന്റപ്പന് എന്തുവാ ഇത്രമാത്രം എഴുതുവാനുള്ളത്?"

മാവി അടുത്തു വന്നു നിന്നു.

"പോകാതിരുന്ന ദിവസങ്ങളിലെ നോട്ട്സാണ്?"

മാവി നോട്ടുബുക്കെടുത്തു നോക്കി. കൃഷ്ണവേണിയുടെ പേരു കണ്ടപ്പോൾ അവർ കുറെ നേരം അതു തന്നെ നോക്കി നിന്നു. പിന്നെ സാവധാനം ബുക്ക് മേശപ്പുറത്ത് വച്ചുകൊണ്ട് പറഞ്ഞു.

"പെമ്പിള്ളാരുമായിട്ടാ കൂട്ട്. അല്ല്യേ? നിന്റെ ചാച്ചൻ നിന്നെ ഇവിടെ കൊണ്ടു വിട്ടത് എന്നെയൊരാളെ മാത്രം വിശ്വസിച്ചാ. പഠിക്കുന്ന കാലത്ത് പഠിത്തം മാത്രം മതി."

റീത്താമാവി വളരെ സൗമ്യമായിട്ടാണ് അതു പറഞ്ഞത്. എങ്കി

ലും കുറ്റം ചെയ്ത കുട്ടിയുടെ ഭാവത്തോടെ ഞാൻ തലകുനിച്ച് ഇരുന്നു. ഈ നിസ്സാരകാര്യം മാവി മേരിയോട് പറയുമെന്നു ഞാൻ വിചാരിച്ചില്ല.

എന്തോ സാധനം തിരഞ്ഞു തിരഞ്ഞ് മേരി എന്റെ മുറിയിലും വന്നു. ഞാൻ വേഗത്തിൽ എഴുതുകയായിരുന്നു. മേരി വന്നത് ഞാനറിഞ്ഞുവെങ്കിലും കാണാത്ത ഭാവത്തിൽ ഞാനിരുന്നു. അടുത്തു വന്നു നിന്നപ്പോൾ അവരുടെ ഗന്ധം എനിക്കനുഭവപ്പെട്ടു.

കൈകൾ രണ്ടും മേശപ്പുറത്ത് കുത്തി അല്പം മുന്നോട്ടാഞ്ഞ് എന്നെത്തന്നെ നോക്കി നിൽക്കുകയായിരുന്നു മേരി.

"പെൺപിള്ളാരോട് ബുക്കു മാത്രമേ വാങ്ങിക്കത്തൊള്ളൊ?"

ചൂഴ്ന്നിറങ്ങുന്ന ഒരു നോട്ടത്തോടെ മേരി ചോദിച്ചു.

"എന്താ?" അങ്ങനെ പലതും വാങ്ങിക്കും."

എനിക്കു ദേഷ്യം വരുന്നുണ്ടായിരുന്നു.

"പലതും" മേരി ആവർത്തിച്ചു.

ഞാൻ കുനിഞ്ഞിരുന്ന് എഴുതിയതേയുള്ളൂ. ഒന്നും പറഞ്ഞില്ല.

മേശപ്പുറത്ത് ശക്തിയായി അമരുന്ന മേരിയുടെ കൈവിരലുകൾ ഞാൻ കണ്ടു. രക്തപ്രസാദമുള്ള നഖങ്ങളായിരുന്നു അത്.

"ആണുങ്ങളായാൽ ഉശിരു വേണം." തലതാഴ്ത്തിയിരുന്ന എന്നെ നോക്കി പറഞ്ഞിട്ട് മേരി മുറി വിട്ടിറങ്ങിപ്പോയി.

പിന്നീട് എനിക്ക് എഴുതാൻ കഴിഞ്ഞില്ല.

സ്വീകരണമുറിയുടെ ജാലകത്തിനരികിൽ കസേരയിലിരുന്നാണ് റീത്തമാവി ഒഴുവു സമയത്തിന്റെ ഏറിയ പങ്കും ചെലവഴിക്കുന്നത്. അടുത്ത് ജാലകപ്പടിയിൽ പൂക്കളുടെ ചിത്രങ്ങളുള്ള കുഴിഞ്ഞ ഒരു ചീനപ്പിഞ്ഞാണവും കാണും. അതിൽ ഒഴിയാതെ കശുവണ്ടിയോ ബദാം പരിപ്പോ വറുത്ത കപ്പലണ്ടിയോ ഉണ്ടാവും.

ഏതെങ്കിലും മാസികയോ പഴയ ഇംഗ്ലീഷ് നോവലോ നിവർത്തികൊണ്ട് മാവി കസേരയിലിരിക്കും. എങ്കിലും പെരിവിങ്കിളും അവിടെയുള്ള ആളുകളുടെ പോക്കും വരവുമൊക്കെ നിരീക്ഷിക്കുകയായിരുന്നു മാവിയുടെ പ്രധാനവിനോദം.

ചിലപ്പോൾ അവരുടെ കണ്ണുകൾ അല്പമൊന്ന് ഇടുങ്ങി ചെറുതാവും. അപ്പോൾ അവർ പെരിവിങ്കിളോ റോസ് കോട്ടേജോ റോസാച്ചെടികളൊ പൂമരങ്ങളൊ തടാകമൊ ഒന്നും കാണില്ല. ഉൾക്കണ്ണിൽ തെളിയുന്ന കാഴ്ചകളിൽ മാവി മതിമറന്നു പോകുന്ന നിമിഷങ്ങൾ അപൂർവ്വമല്ലായിരുന്നു.

യൗവ്വനം കത്തിനിന്നു കൊണ്ടിരുന്നപ്പോൾ യാത്ര ചൊല്ലി

പ്പോയ ജോർജങ്കിളും വർഷങ്ങളുടെ പോക്കിൽ ഉയർന്നു വീണു കൊണ്ടിരുന്ന നല്ല ദിനങ്ങളും നിറം മങ്ങിപ്പോയ സ്വപ്നങ്ങളും ഓർമ്മകളിലൂടെ വന്ന് റീത്തമാവിയെ വേട്ടയാടിക്കൊണ്ടിരുന്നോ?

മറ്റുള്ളവരുടെ സ്വകാര്യ ജീവിതത്തിലേയ്ക്ക് ചാരവൃത്തി നടത്തി അവരുടെ പാളിച്ചകളും താളപ്പിഴകളും കണ്ട് നിർവൃതിയടയുന്നതിന്റെ പിന്നിലെ വികാരം എന്തായിരിക്കാം?

റോസി പൈലോക്കാരൻ വൈകുന്നേരങ്ങളിൽ ഹാൻഡ് ബാഗ് കൈത്തണ്ടയിൽ തൂക്കി പുറത്തേയ്ക്കു പോകുന്നതു കാണാം. കൃത്യം അഞ്ചരമണിക്കാണ് ഇതു സംഭവിക്കുക എന്ന് റീത്തമാവി കണ്ടുപിടിച്ചു. ചിലനാൾ കഴിഞ്ഞ് ഒന്നു കൂടി മാവി മനസ്സിലാക്കി. പോകുന്നന്ന് റോസി മടങ്ങി വരുന്നത് കണ്ടിട്ടില്ലെന്നും.

റീത്തമാവിയെ നിരാശപ്പെടുത്തിയ ഒരു സംഗതിയുണ്ട്. റോസി പൈലോക്കാരൻ പുറത്തേയ്ക്ക് പോകുമ്പോൾ പോൾ പൈലോക്കാരൻ മിക്കപ്പോഴും ചുരുട്ടു പുകച്ചു കൊണ്ട് വരാന്തയിൽത്തന്നെ ഉണ്ടാവും.

അപ്പോൾ അതൊരു രഹസ്യയാത്രയല്ലെന്നു വരുമോ?

എങ്ങോട്ടായിരിക്കും റോസി പൈലോക്കാരൻ ഈ സായാഹ്ന യാത്ര ചെയ്യുന്നത്? റീത്താമാവിയെപ്പോലെ എന്നിലും കൗതുകമുണ്ടാക്കിയ ഒരു കാര്യമായിരുന്നു അത്. എന്നെക്കാൾ ജിജ്ഞാസ തീർച്ചയായും മാവിക്കു തന്നെയായിരുന്നു. മാവി മേരിയുമായാലോചിച്ച് ഒരു പോംവഴി കണ്ടെത്തി. റോസ് പൈലോക്കാരന്റെ പിന്നാലെ എന്നെ നിരീക്ഷണത്തിനയയ്ക്കുക.

ചെയ്യുന്നത് തെറ്റാണോ ശരിയാണോ എന്ന് ആലോചിച്ച് തല പുണ്ണാക്കേണ്ട കാര്യം എനിക്കില്ലായിരുന്നു. റീത്തമാവി നിർദ്ദേശിക്കുന്നതെന്തോ അത് അനുസരിക്കുക മാത്രമാണ് എന്റെ ചുമതല.

ഞാൻ പിൻതുടരാൻ തയ്യാറായെങ്കിലും ഒന്നു രണ്ടാഴ്ചത്തേയ്ക്ക് റോസി പൈലോക്കാരൻ ഞങ്ങളെ കബളിപ്പിച്ച് കളഞ്ഞു. റോസ് പുറത്തേയ്ക്ക് ഇറങ്ങിയതേയില്ല.

ഒടുവിൽ രണ്ടു ദിവസം റോസിയെ പിൻതുടരാൻ എനിക്ക് അവസരം കിട്ടി. മുന്നിലും പിന്നിലുമായി ബസ്സ് സ്റ്റാന്റു വരെയുള്ള നടപ്പ്. ബസ്സ്സ്റ്റാൻഡിൽ അഞ്ചുമിനിറ്റോളം കാത്തു നിൽപ്പ്. അവർ ആരോടെങ്കിലും സംസാരിക്കുന്നോ എന്ന ശ്രദ്ധ. അവർ ആരോടും സംസാരിക്കുന്നില്ല എന്ന നിരാശ. ബസ് വരുന്നു. കയറുന്നു. നഗരത്തിലേയ്ക്ക് ടിക്കറ്റെടുക്കുന്നു. റോസി പൈലോക്കാരൻ പാതി വഴിയെത്തിയപ്പോൾ നഗരത്തിലെ ഏറ്റവും വലിയ നേഴ്സി

ങ്ങ്ഹോമിന്റെ മുന്നിൽ ബസ്സിറങ്ങുന്നു. ഒപ്പമിറങ്ങുന്നു. അവർ എൻ ക്വയറിയിലിരിക്കുന്ന പെണ്ണിനോട് എന്തോ പറഞ്ഞു ചിരിച്ചിട്ട് ലിഫ്റ്റിലേയ്ക്ക് കയറുന്നു. ഇരുമ്പു വാതിലടയുന്നു. ഞാൻ പിൻ വാങ്ങുന്നു.

റീത്താമാവിക്ക് തൃപ്തിയാകുന്നില്ല.

വീണ്ടും ഒരു പിൻതുടരൽ കൂടി. വള്ളിപുള്ളി തെറ്റാതെ എല്ലാം പഴയതു പോലെ തന്നെ സംഭവിക്കുന്നു. റോസിയോടൊപ്പം ലിഫ്റ്റിൽ കടന്ന് കൂടെപ്പോകാനുള്ള ധൈര്യം എനിക്കില്ല.

വ്യക്തമായ നിഗമനങ്ങളിലൊന്നും എത്താൻ ആർക്കും കഴിയുന്നില്ല.

ഞങ്ങൾക്ക് ആശയകുഴപ്പമുണ്ടാക്കുന്ന മറ്റൊരു സംഭവവികാസം കൂടിയുണ്ടായി. കുറെ ദിവസത്തെ നിഷ്ക്രിയതയ്ക്കു ശേഷം പോൾ പൈലോക്കാരനും പ്രവർത്തന നിരതനായിത്തുടങ്ങി. തുടർച്ചയായുള്ള സായാഹ്നയാത്ര അയാളും ആരംഭിച്ചു.

ചില പ്രത്യേകതകളും ഞങ്ങൾ കണ്ടുപിടിച്ചു. പെരിവിങ്കിളിൽ പൈലോക്കാരനുള്ള സായാഹ്നങ്ങളിൽ റോസിയുണ്ടാവില്ല. റോസിയുള്ള സമയത്ത് പൈലോക്കാരനുമുണ്ടാവില്ല.

പൈലോക്കാരനില്ലാത്ത സന്ധ്യകളിൽ ഒരു ചുവന്ന ഫിയറ്റുകാർ പെരിവിങ്കിളിൽ വല്ലപ്പോഴും എത്താറുണ്ട്.

ചുവന്ന ഫിയറ്റ്കാർ പെരിവിങ്കിളിലെത്തിയാൽ പിന്നെ അത് തിരിച്ചുപോകുന്നതു വരെ റീത്താമാവി ജാലകത്തിനരികെ നിന്ന് മാറുകയില്ല.

അത്തരത്തിലുള്ള ഒരു വൈകുന്നേരം മേരി എന്നോട് പറഞ്ഞു:

"ആ പൈലോക്കാരൻ ഒരു പാവമാണ്."

"അതെന്താ?"

"അയാളായിട്ടല്ലേ ഇതെല്ലാം സഹിക്കുന്നത്?"

"ഏതെല്ലാം?"

"അയാളില്ലാത്തപ്പം പെമ്പിള വേറൊരുത്തനെ വീട്ടിൽ കേറ്റി വച്ചു കൊണ്ടിരിക്കുന്നത്?"

എനിക്ക് അതിനു മറുപടിയൊന്നുമില്ലായിരുന്നു. കാറിൽ വരുന്ന ആൾ അവരുടെ കുടുംബസുഹൃത്തു മാത്രമായിരിക്കാം. അല്ലെങ്കിൽ ബന്ധുവായിരിക്കാം. ചിലപ്പോൾ റോസിയുടെ സഹോദരൻ തന്നെ ആയിരിക്കാം. അളിയനുമായി പൊരുത്തപ്പെടാൻ കഴിയാത്തതുകൊണ്ട് അയാളില്ലാത്തപ്പോൾ വരുന്നതാവാം.

എങ്കിലും എന്തൊ പോരായ്മകളുണ്ട്. എവിടെയോ പാകപ്പിഴക

ളുണ്ട്.

“കെട്ടിക്കാൻ പ്രായമുള്ള മക്കളുള്ളപ്പോഴാണ്...അവളുമാരും അറിഞ്ഞോണ്ടായിരിക്കും ഇതെല്ലാം.”

മേരി ആത്മഗതമെന്നതു പോലെ പറഞ്ഞു.

ഞാൻ ഒന്നും പറയാതെ ഇരുന്നു.

“ഇവർ വരുന്നതിനു മുമ്പ് പെരിവിങ്കിളിലെ താമസക്കാർ ആരായിരുന്നെന്നറിയാമോ? കൊറെ പൊടിച്ചതാ.”

മേരി നേരത്തെയുണ്ടായിരുന്ന വാടകക്കാരെപ്പറ്റി പറഞ്ഞു.

അമ്മയും മകനും നാലു പെൺമക്കളുമായിരുന്നു അവർ. കണ്ടാൽ കുടുംബത്തിൽ പിറന്നവരെന്നേ തോന്നൂ. പെരുമാറ്റവും സ്വഭാവരീതികളുമെല്ലാം ആരെയും ആകർഷിക്കും. റീത്തമാവിയുമായി നല്ല അടുപ്പത്തിലായി അവർ. കാണാൻ നല്ല ഭംഗിയുള്ള പെൺകുട്ടികൾ. മൂത്തകുട്ടിയെ ജോണിച്ചായനെക്കൊണ്ട് കെട്ടിച്ചാലോ എന്നു പോലും ആലോചിച്ചു തുടങ്ങിയിരുന്നു മാവി.

അത്തവണ ജോണിച്ചായൻ വീട്ടിൽ വന്നപ്പോൾ ശലോമിയെ ജോണിച്ചായൻ കാണിച്ചു കൊടുക്കാൻ തയ്യാറായി മാവി. പക്ഷേ ശലോമി സ്ഥലത്തില്ല. ആങ്ങളയുമില്ല. ഒരു ഇന്റർവ്യൂവിന് ശലോമിയേയും കൊണ്ട് അയാൾ പോയിരിക്കുകയാണ് എന്നായിരുന്നു കിട്ടിയ മറുപടി.

ഒരാഴ്ചത്തേക്ക് ശലോമിയെ കാണാൻ പോലും കിട്ടിയില്ല. അവർ വന്നു കഴിഞ്ഞപ്പോൾ പിന്നെ റാണി അപ്രത്യക്ഷയായി. പിന്നെ ഓരോരുത്തരായി മാറി.

കുറെയായപ്പോൾ കാറുകൾ വന്നു തുടങ്ങി.

ശലോമിയെ ജോണിച്ചായനു വേണ്ടി കല്യാണമാലോചിച്ച കാര്യമോർക്കുമ്പോൾ ഇപ്പോഴും മാവിക്ക് നടുക്കമാണ്. ശാപവചനങ്ങൾ മാവിയുടെ നാവിൽ നുരഞ്ഞു പൊന്തും.

ഒരു രാത്രിയിൽ ശലോമിയും കൂട്ടരും ഏതോ ദിക്കിലേക്ക് പറന്നുപോയി. പിന്നീട് ആൾതാമസമില്ലാതെ ഒഴിഞ്ഞു കിടക്കുകയായിരുന്നു പെരിവിങ്കിൾ.

ഏതോ ബാധകൂടിയ വീടാണ് പെരിവിങ്കിൾ എന്നാണ് മാവി ധരിച്ചു വച്ചിരിക്കുന്നത്. ഒരേ ജനുസ്സിൽപ്പെട്ട ആൾക്കാരെ അവിടെ താമസത്തിനെത്തു.

മേരി പറഞ്ഞതെല്ലാം സത്യമായിരിക്കാം. സത്യത്തിനല്ല ഇവിടെ പ്രസക്തിയെന്ന് എനിക്ക് സംശയം തോന്നി. മേരി അതെല്ലാം എന്നോട് പറഞ്ഞു എന്നതിനാണ് പ്രാധാന്യം. എന്റെ പ്രതികര

ണം എന്തായിരുന്നു എന്ന് അവർ സൂക്ഷ്മമായി പരിശോധിക്കുന്നുണ്ടായിരുന്നു.

പ്രത്യേകിച്ചൊരു താല്പര്യവും കാണിക്കാതെ ഞാൻ എല്ലാം കേട്ടിരുന്നു. ഉള്ളി ചെറിയ കഷണങ്ങളായി കീറുകയായിരുന്നു മേരി. അവരുടെ കണ്ണുകൾ ലേശം ചുവന്ന് ജലം നിറഞ്ഞിരുന്നു. അവരുടെ ഇടത്തെ കവിളിൽ കൂമ്പി വന്ന മുഖക്കുരുവിന്റെ അഗ്രം തുടുത്തിരുന്നു.

“കൊച്ചിന് ആരെയാണ് ഇഷ്ടം? എലിസബത്തിനെയോ സോഫിയയെയോ?” ചോദിച്ചിട്ട് എന്റെ നേരെ നോക്കാതെ മേരി മറ്റൊരു ഉള്ളിയെടുത്തു.

“രണ്ടുപേരെയും.”

“കൊച്ച് ഈ കാണുന്നതുപോലെയൊന്നുമല്ലെന്ന് എനിക്കറിയാമായിരുന്നു.”

ഞാൻ മേശപ്പുറത്ത് രൂപമില്ലാത്ത ചിത്രങ്ങൾ വരച്ചുകൊണ്ടിരുന്നു.

“ശ്ശോ എന്റെ കൈയ്...” മേരി പെട്ടെന്ന് കത്തി താഴത്തിട്ടു. ഇടതുകൈയിലെ ചൂണ്ടുവിരൽ അവർ വലതു കൈ കൊണ്ട് അമർത്തിപ്പിടിച്ചു.

ഞാൻ കണ്ടു. ചൂണ്ടുവിരലിൽ നേർത്ത ഒരു ചുവന്ന രേഖ.

വിരൽ അവർ വായിക്കുള്ളിലാക്കി.

മേരി എന്റെ മുഖത്തേക്കു തന്നെ നോക്കി ഇരുന്നു.

ആ നോട്ടം ഏറ്റുവാങ്ങുവാൻ എനിക്കു കഴിഞ്ഞില്ല. അവരുടെ കണ്ണുകൾ കത്തുകയായിരുന്നു.

ഞാൻ എഴുന്നേറ്റ് സ്വീകരണമുറിയിലേയ്ക്കു പോയി. ജാലകത്തിനരികെയുള്ള കസേരയിൽ റീത്തമാവിയുണ്ട്. പാത്രത്തിലെ കശുവണ്ടിപ്പരിപ്പ് തീർന്നിരിക്കുന്നു. വായിച്ചുകൊണ്ടിരുന്ന പുസ്തകം അടയാളം വച്ച് മടക്കി ജാലകപ്പടിയിൽ വച്ചിരിക്കുന്നു.

പോർച്ചിൽ നിന്നു വീഴുന്ന മഞ്ഞവെളിച്ചത്തിൽ പെരിവിങ്കിളിന്റെ മുറ്റത്തു കിടക്കുന്ന ചുവന്ന ഫിയറ്റിന്റെ തിളക്കം കാണാം.

റീത്തമാവി തലതിരിച്ച് എന്നെ ഒന്നു നോക്കിയിട്ട് വീണ്ടും ജാലകത്തിലൂടെ പുറത്തേക്കു നോക്കിയിരുന്നു.

ഞാൻ ശബ്ദമുണ്ടാക്കാതെ എന്റെ മുറിയിലേക്കു പോയി.

അല്പം കഴിഞ്ഞപ്പോൾ മേരി മാവിയോടൊപ്പം ചേർന്നു.

“ആ വണ്ടി ഇന്നും വന്നിട്ടുണ്ട്.”

മാവി മേരിയോട് പറയുന്നത് എനിക്കു കേൾക്കാം.

“ഉം” മേരി മൂളുന്നു.

കുറെ നേരത്തേക്ക് നിശ്ശബ്ദത. രണ്ടുപേരുടെയും ശ്രദ്ധ മുഴുവൻ പെരിവിങ്കിളിൽ കേന്ദ്രീകരിച്ചിരിക്കുകയാവണം.

“അത് ആ തള്ളയല്ലേ മേരി?”

രാത്രിയിൽ ദൂരെക്കാഴ്ച കുറവാണ് റീത്തമാവിക്ക്.

“അതെയെന്ന് തോന്നുന്നു.” മേരിക്കും ഉറപ്പില്ല.

“മുകളിലത്തെ മുറിയിൽ ആരോ നിൽപ്പുണ്ടെന്ന് തോന്നുന്നു.”

“അതും ആ പെണ്ണാ.”

വീണ്ടും കുറച്ചു നേരത്തേക്ക് നിശ്ശബ്ദത.

റോസ് കോട്ടേജിന്റെ വലതു വശത്താണ് എന്റെ മുറി. അതുകൊണ്ട് ഇവിടെ നിന്നു നോക്കിയാൽ പെരിവിങ്കിൾ കാണാൻ കഴിയുകയില്ല. ജോണിച്ചായന്റെ മുറിയാണ് നിരീക്ഷണത്തിന് പറ്റിയ ഇടം.

“ഇങ്ങോട്ടു വന്നെ.”

മേരി വാതിലിൽ തല കാണിച്ച് എന്നെ വിളിച്ചു.

ഞാൻ സ്വീകരണമുറിയിലേക്ക് ചെന്നു. ജാലകത്തിനരികിൽ ഞങ്ങൾ ഇപ്പോൾ മൂന്നുപേർ. നേർത്ത പൊട്ടിച്ചിരികൾ പെരിവിങ്കിളിൽ നിന്ന് അലയലയായി ഒഴുകിവരുന്നു.

സോഡ പൊട്ടിക്കുന്നതിന്റെയും ഗ്ലാസുകളുടെ കൂട്ടിമുട്ടലിന്റെയും ഒച്ചയ്ക്കുവേണ്ടി മാവി ചെവിയോർത്തു.

പെട്ടെന്ന് പെരിവിങ്കിളിന്റെ മുകളിലത്തെ ജാലകത്തിനരികിൽ രണ്ടു രൂപങ്ങൾ പ്രത്യക്ഷപ്പെട്ടു.

“അത് ആ കാറുകാരനല്ലേ? തള്ളയും?”

മേരി ആരോടെന്നില്ലാതെ ചോദിച്ചു.

വോൾട്ടേജ് കുറവാണ്. മങ്ങിയ വെളിച്ചം. അവ്യക്തമായ രൂപങ്ങൾ. അത് സോഫിയായും എലിസബത്തുമാവാം.

“നമ്മൾ നോക്കുന്നത് അവർക്ക് കാണാമായിരിക്കും.”

ഞാൻ പറഞ്ഞു.

ആരെങ്കിലും കണ്ടാൽ മോശമല്ലെ ഈ ഒളിഞ്ഞുനോട്ടം.

“ആ ലൈറ്റങ്ങ് അണച്ചേക്കു മേരി.”

തിടുക്കത്തിൽ മാവി പറഞ്ഞു.

മേരി പെട്ടെന്ന് ലൈറ്റണച്ചിട്ടു വന്നു. ഇരുട്ടിൽ ഇപ്പോൾ ഞങ്ങൾ സുരക്ഷിതരാണ്. ആരെങ്കിലും കാണുമെന്ന പേടി വേണ്ട. മാവിയുടെ ബുദ്ധിക്ക് സ്തുതി പാടുക.

മേരി ഇപ്പോൾ എന്റെ വളരെ അടുത്താണു നില്ക്കുന്നത്. മേരി

യുടെ ദേഹത്തിന്റെ ചൂട് എനിക്കനുഭവപ്പെട്ടു.

മേരിയുടെ വലതുകൈ എന്റെ തുടകളിൽ ഉരസിയുരസി നിൽക്കുകയാണ്, പെരിവിങ്കിളിലെ കാഴ്ചകൾ കാണാനുള്ള മനഃസാന്നിദ്ധ്യം എനിക്ക് നഷ്ടപ്പെടുകയായിരുന്നു.

രണ്ടുപേർ മുറ്റത്തേക്കിറങ്ങി വരുന്നു. അവർ പാർക്കു ചെയ്തിരുന്ന കാറിൽ കയറുന്നു. ഡോറുകൾ അടയുന്നു. എൻജിൻ സ്റ്റാർട്ടാകുന്നു.

"ശവങ്ങൾ പോവുകയാണ്."

റീത്തമാവിയിൽ നിന്ന് ഒരു ദീർഘനിശ്വാസമുയർന്നു.

മേരി വീണ്ടും ലൈറ്റിട്ടു.

എന്റെ നെറ്റിയും ഉള്ളകൈയും അസാധാരണമായി വിയർത്തിരുന്നു.

തണുത്ത വായു തേടി ഞാൻ മുറ്റത്തേക്കിറങ്ങി.

മൂന്ന്

ശനിയാഴ്ച വൈകുന്നേരം ജോണിച്ചായൻ വന്നു. റീത്തമാവിക്ക് ഒരു പ്രതീക്ഷയുമുണ്ടായിരുന്നില്ല. കഴിഞ്ഞതവണ വന്നിട്ടു പോയിട്ട് ഒരുമാസം പോലുമായില്ല. സാധാരണ അതല്ല പതിവ്. രണ്ടു മാസം മൂന്നുമാസം...

"നിനക്കെന്താ ഇപ്പോൾ ഇങ്ങനെ തോന്നാൻ?" മാവി ചോദിച്ചു.

"എങ്ങനെ?"

"ആറുമാസം കൂടുമ്പോഴായിരുന്നല്ലോ നിന്റെ വരവ്?"

"പ്രവചിക്കാൻ പറ്റാത്ത എന്തെങ്കിലും ഈ ലോകത്തുണ്ടെങ്കിൽ അത് ഈ മനുഷ്യന്റെ മനസ്സാണമ്മച്ചി. മനസ്സ് മാറുന്നത് എപ്പോഴാണെന്നറിയാൻ പറ്റില്ല. എന്നു വിചാരിച്ച് അമ്മച്ചി സന്തോഷിക്കുകയൊന്നും വേണ്ട. നാളെത്തന്നെ എനിക്ക് പോകണം."

ജോണിച്ചായൻ ഒരു പൊതി ബാഗിൽ നിന്നെടുത്തു റീത്തമാവിക്ക് കൊടുത്തു. ഒരു ടിന്നിൽ നിറയെ കശുവണ്ടിപ്പരിപ്പായിരുന്നു അത്.

രാത്രി ഊണുകഴിഞ്ഞ് ഞങ്ങൾ മുറ്റത്ത് ഉലാത്തുമ്പോൾ ജോണിച്ചായൻ പെരിവിങ്കിളിലെ താമസക്കാരെപ്പറ്റി അന്വേഷിച്ചു.

"അവരുമായി യാതൊരടുപ്പവുമില്ല. നമ്മൾക്കറിഞ്ഞു കൂടാത്ത പല കാര്യങ്ങളും അവിടെ നടക്കുന്നുണ്ട്?"

"പറയൂ"

റോസി പൈലോക്കാരന്റെ സായാഹ്ന സവാരിയെപ്പറ്റി ഞാൻ പറഞ്ഞു. രണ്ടു തവണ അവരെ പിൻതുടർന്ന കാര്യം ഞാൻ മറച്ചു വെച്ചു. അത് ജോണിച്ചായനോടുപ്പോലും പറയാൻ എനിക്ക് ലജ്ജ യുണ്ടായിരുന്നു.

ചുവന്ന ഫിയറ്റ് കാറിനെപ്പറ്റി പറഞ്ഞപ്പോൾ ജോണിച്ചായൻ ചിന്താധീനനായി.

"ഇനി കാണുമ്പോൾ ഇതിന്റെ നമ്പറൊന്ന് നോട്ടുചെയ്ത് വെ ച്ചേക്കണം." ജോണിച്ചായൻ പറഞ്ഞു.

ഞങ്ങൾ പെരിവിങ്കിളിലേയ്ക്ക് നോക്കി. അവിടെ വിളക്കുകളെ ല്ലാം അണഞ്ഞിരിക്കുന്നു. മുകളിലത്തെ മുറിയിലേതൊഴിച്ച്.

"ഗുഡ്നൈറ്റ് ആന്റണി."

"ഗുഡ്നൈറ്റ്."

ജോണിച്ചായൻ ഉറങ്ങാൻ പോയി!

പിറ്റേദിവസം ഞായറാഴ്ചയായിരുന്നു. രാവിലെ പള്ളിയിൽ പോകാൻ എന്നോടൊപ്പം ജോണിച്ചായനും കൂടി. റീത്താമാവിക്ക് അത്ഭുതമുണ്ടാക്കിയ മറ്റൊരു കാര്യമായിരുന്നു അത്. ജോണി പള്ളി കണ്ടിട്ട് എത്രയോ നാളുകളായി.

"വാ ആന്റണി പോകാം."

വെള്ള വസ്ത്രങ്ങളാണ് ജോണിച്ചായൻ ധരിച്ചിരുന്നത്. ഞങ്ങൾ സംസാരിച്ചു കൊണ്ട് സാവധാനം നടന്നു വളവു തിരിഞ്ഞപ്പോൾ ഞങ്ങൾക്കു കുറേ മുന്നിലായി സാരിത്തുമ്പു കൊണ്ട് ചുമൽ മൂടി സോഫിയായും എലിസബത്തും നടക്കുന്നുണ്ടായിരുന്നു.

"അത് നമ്മുടെ അയലത്തെ സുന്ദരിമാരല്ലേ?"

അടക്കത്തിൽ ജോണിച്ചായൻ ചോദിച്ചു.

"അതേ."

"സോഫിയ ആൻഡ് എലിസബത്ത്."

അവരുടെ ഒപ്പം എത്താൻ ഞങ്ങൾ അല്പം വേഗത്തിൽ നട ന്നു.

പക്ഷേ, എതിരേ ജോണിച്ചായന്റെ ഒരുപഴയ സ്നേഹിതൻ വരു ന്നുണ്ടായിരുന്നു. അയാൾ രണ്ടുമൂന്നു മിനിറ്റ് ഞങ്ങളെ പിടിച്ചു നിറുത്തിക്കളഞ്ഞു.

ഞങ്ങൾ ചെന്നപ്പോൾ അച്ചന്റെ പ്രസംഗം തുടങ്ങിയിരുന്നു. പിൻ നിരയിലുള്ള ബഞ്ചിൽ ഞങ്ങളിരുന്നു.

അല്പം മുന്നിൽ സ്ത്രീകളുടെ ഭാഗത്ത് ബഞ്ചിന്റെ ഓരം പറ്റി

ഇരിക്കുന്ന എലിസബത്തിനേയും സോഫിയായെയും ഞങ്ങൾ കണ്ടു.

സോഫിയായുടെ കണ്ണുകൾ ഞങ്ങളിരുന്ന ദിക്കിലേയ്ക്ക് ഇടയ്ക്കിടയക്ക് പാറി വീഴുന്നുണ്ടായിരുന്നു. അച്ചന്റെ പ്രസംഗം ശ്രദ്ധിക്കാൻ എനിക്കു കഴിഞ്ഞില്ല.

തിരിച്ചു പോകുമ്പോൾ അവരെ കണ്ടില്ല. പള്ളിമുറ്റത്തെ ചൂളമരത്തിന്റെ ചുവട്ടിൽ ഞങ്ങൾ കുറെ കാത്തുനിന്നു. പിന്നെ സെമിത്തേരിയിലും സ്കൂൾ മൈതാനത്തും കുറെനേരം ചെലവഴിച്ചിട്ടാണ് ഞങ്ങൾ മടങ്ങിയത്.

സ്കൂളിൽ പഠിക്കുന്ന കാലത്ത് ചെയ്തിട്ടുള്ള സാഹസികകൃത്യങ്ങളെക്കുറിച്ച് ജോണിച്ചായൻ വാചാലനായി. പഠിക്കുന്ന കാലത്ത് നന്നായി ഫുട്ബാൾ കളിക്കുമായിരുന്നു. ഒന്നു കളിച്ചിട്ടോ ഒരു കളി കണ്ടിട്ടോ വർഷമെത്രയായി. ജോണിച്ചായൻ വിഷാദിച്ചു.

ഒരു ട്രക്ക് ഡ്രൈവറുടെ ജോലി ആയാസകരമാണ്. പക്ഷേ അതുപേക്ഷിക്കാൻ മനസ്സു വരുന്നില്ല. യാത്ര. അനുഭവങ്ങളിലേയ്ക്കുള്ള യാത്ര.

വൈകുന്നേരം ഞങ്ങൾ ഒരുമിച്ച് നഗരത്തിലേയ്ക്കു പോയി.

"നമുക്കോരൊ ബിയർ കുടിക്കാം. എന്താ?"

ജോണിച്ചായൻ ചോദിച്ചു.

ഞാൻ സമ്മതിച്ചു. ഞാൻ ബിയർ കുടിച്ചിട്ടുണ്ടായിരുന്നില്ല. എന്തെല്ലാം പുതുമയുള്ള അനുഭവങ്ങളാണ് ഈ ലോകത്ത് കാത്തിരിക്കുന്നത്.

രണ്ടു കുപ്പി ബിയറിന് ജോണിച്ചായൻ ഓർഡർ ചെയ്തു.

വറുത്ത് ഉപ്പു പുരട്ടിയ ഉരുളക്കിഴങ്ങ് ഉപ്പേരിയും.

ബിയറിന്റെ മണവും നേരിയ കവർപ്പും ആദ്യം എനിക്ക് ഇഷ്ടമായില്ല. പക്ഷേ ശീതീകരിച്ച ബിയർ ജോണിച്ചായൻ ഒറ്റവലിക്ക് ഒരു കുപ്പി തീർത്തു.

"ആന്റണി ഇരിക്കൂ. ഞാനൊന്ന് ഫോൺ ചെയ്തിട്ടു വരാം."

ഹാളിന്റെ അറ്റത്തേയ്ക്ക് ടെലിഫോൺ ചെയ്യാൻ ജോണിച്ചായൻ പോയി, എട്ടുപത്തു മിനിറ്റു കഴിഞ്ഞ് ജോണിച്ചായൻ മടങ്ങിവന്നപ്പോഴേക്കും വല്ലവിധേനയും ബിയർ ഞാൻ കുടിച്ചുതീർത്തിരുന്നു.

ജോണിച്ചായൻ ഒരു മൂളിപ്പാട്ടോടെയാണ് എന്റെ അടുത്തേയ്ക്ക് വന്നത്.

"പോൾ പൈലോക്കാരനെ ആന്റണി അടുത്തു കണ്ടിട്ടുണ്ടോ?"

ബസ്സിൽ വച്ച് ജോണിച്ചായൻ ചോദിച്ചു.

"ഒരിക്കൽ മാത്രം. ഞാൻ രാവിലെ കോളേജിലേയ്ക്കു പോകുമ്പോൾ എതിരേ വരുന്നു. പിന്നെ പെരിവിങ്കിളിൽ നില്ക്കുന്നതെ കണ്ടിട്ടുള്ളൂ."

"എന്തു പ്രായം വരും അയാൾക്ക്?"

"ഒരു അറുപത് അൻപത്തിരണ്ട്. സൈഡെല്ലാം നരച്ചിട്ടുണ്ട്.."

ജോണിച്ചായൻ ഏതോ ചിന്തകളിൽ മുഴുകി. റോസ് കോട്ടേജിൽ എത്തുന്നതു വരെ ഞങ്ങൾ നിശബ്ദരായിരുന്നു.

ഭക്ഷണത്തിനിരിക്കുമ്പോൾ റീത്താമാവിയെ ശുണ്ഠിപിടിപ്പിക്കുവാനായി ജോണിച്ചായൻ പൈലോക്കാരന്റെ കാര്യം സംഭാഷണ വിഷയമാക്കി.

"അമ്മച്ചി പൈലോക്കാരന്റെ മൂത്തമകളെ കണ്ടിട്ടുണ്ടോ?"

"നന്നായി കണ്ടിട്ടുണ്ട്. എന്താ?"

"അല്ലാ, കാണാൻ തരക്കേടില്ല എന്നു പറയുകയായിരുന്നു."

നിർദ്ദോഷമായ ഒരു കാര്യം പറയുന്ന മട്ടായിരുന്നു ജോണിച്ചായന്.

"നീയെങ്ങനെ അറിഞ്ഞു അത്?"

അവർ ജോണിച്ചായന്റെ മുഖഭാവം സസൂക്ഷ്മം പരിശോധിച്ചു.

"രാവിലെ പള്ളിയിൽ പോയപ്പോൾ അവർ ഞങ്ങളുടെ ഒപ്പമുണ്ടായിരുന്നു."

"എന്തെങ്കിലും സംസാരിച്ചോ?"

"ഹേയ്. അവർ ഇടംവലം നോക്കാതെ നടക്കുകയല്ലായിരുന്നൊ."

ചർച്ചകളിലൊന്നും പങ്കെടുക്കാതെ നിശബ്ദനായിരുന്ന് ഭക്ഷണം കഴിക്കുകയായിരുന്നു ഞാൻ. എതിരെ ഇരുന്ന മേരിയെയോ മാവിയെയോ ഞാൻ നോക്കിയതു പോലുമില്ല.

"വിഷമാണ് അവളുമാരല്ലാം. ആ തള്ളയാണ് കൊടും വിഷം. നാണംകെട്ട വർഗ്ഗം. ഇങ്ങോട്ടു തന്നെ ഇതിനെയെല്ലാം കെട്ടിയെടുക്കുന്നല്ലോ ദൈവമേ. ആദ്യം കണ്ടപ്പോൾത്തന്നെ എനിക്കതു തോന്നിയതാണ്. അതുകൊണ്ട് ഞാനടുപ്പിച്ചില്ല ഒന്നിനേം. മേരി, കുറച്ചു വെള്ളം കൊണ്ടാ."

മേരി ജഗ്ഗിൽ നിന്ന് മാവിയുടെ ഗ്ലാസ്സിലേയ്ക്ക് ജീരക വെള്ളം പകർന്നു കൊടുത്തു.

"അമ്മച്ചിക്ക് വെറുതെ തോന്നുകയാണ്. കണ്ടിട്ട് വെറും പാവം പിള്ളേരാണെന്നു തോന്നുന്നു." ജോണിച്ചായൻ വാദിച്ചു.

"നിനക്കറിയാഞ്ഞിട്ടാ. അവർ ചീത്തയാ. ആ കുടുംബമേ ചീത്ത

യാ.”

“അമ്മച്ചിക്കെങ്ങനെയറിയാം ഇതെല്ലാം?”

“വല്ലോരും പറയണോടാ! എന്നും കൺമുമ്പിൽ കാണുന്ന കാര്യമല്ലിയൊ.”

ജോണിച്ചായൻ പിന്നെ അതേപ്പറ്റി ഒന്നും പറഞ്ഞില്ല.

ജോണിച്ചായന്റെ മുറിയിൽ ഞാൻ കുറെ നേരം ചെലവഴിച്ചു. കസേരയിലിരുന്നു, മേശപ്പുറത്തു കാലെടുത്തു വച്ച് ജോണിച്ചായൻ സിഗരറ്റ് പുകച്ചു തള്ളി. ജാലകത്തിലൂടെ ഇടയ്ക്കിടയ്ക്ക് പെരിവിങ്കിളിലേക്ക് നോക്കുന്നുമുണ്ടായിരുന്നു.

പെരിവിങ്കിളിന്റെ മുകളിലത്തെ നിലയിൽ വെളിച്ചമില്ല. മണി പത്തു കഴിഞ്ഞിരിക്കുന്നു. സോഫിയ നേരത്തെ ഉറങ്ങിക്കാണുമോ? എലിസബത്തോ?

“ആന്റണി ഒരു പാട്ടുവയ്ക്കൂ” ജോണിച്ചായൻ പറഞ്ഞു.

ഞാൻ ഗ്രാമഫോണിന്റെ മൂടി തുറന്നു വച്ചു. ആദ്യം കൈയിൽ കിട്ടിയ റെക്കോർഡാണ് ഞാനെടുത്തത്.

യൂ ഡെക്കറേറ്റഡ് മൈ ലൈഫ്.....

പൗരുഷം നിറഞ്ഞ റോജേഴ്സിന്റെ ശബ്ദം സംഗീതമായുയർന്നു. കസേരക്കൈയിൽ ജോണിച്ചായന്റെ വിരലുകൾ താളമടിച്ചു.

“അമ്മച്ചിയുടേത് ഒരു പ്രത്യേക സ്വഭാവമാണ്. ആരെപ്പറ്റിയെങ്കിലും എന്തെങ്കിലും അഭിപ്രായം മനസ്സിൽ രൂപപ്പെട്ടാൽ അതു പിന്നെ എന്തു വന്നാലും മാറ്റില്ല. ഒരു തരം പിടിവാശിയാണ്. അമ്മച്ചിയുടെ വിശ്വാസം ഉറപ്പിക്കുവാൻ ഒരു നൂറു ന്യായങ്ങൾ കണ്ടുപിടിക്കുകയും ചെയ്യും.”

“പക്ഷേ നടക്കുന്ന കാര്യങ്ങൾ കണ്ടാൽ ആരായാലും അങ്ങനെയല്ലെ ധരിക്കൂ.” ഞാൻ പറഞ്ഞു. എന്റെ മനസ്സിലും സംശയങ്ങളുടെ നിഴൽ വീണിരുന്നല്ലോ.

“അതും ശരിയാണ്” പിന്നെ ഒരു വീണ്ടു വിചാരമെന്ന പോലെ ജോണിച്ചായൻ പറഞ്ഞു: “അല്ല നമ്മളെന്തിനാണ് വെറുതെ പൈലോക്കാരനെപ്പറ്റി ഓർത്ത് സമയം കളയുന്നത്.”

സിഗരറ്റുകുറ്റി ആഷ്ട്രേയിൽ കുത്തിക്കെടുത്തിയിട്ട് ജോണിച്ചായൻ എഴുന്നേറ്റു.

ഞാൻ വെറുതെ പഴയ റെക്കോർഡുകൾ പരിശോധിച്ച് നിന്നു. അപ്പോൾ ജോണിച്ചായൻ ജാലകത്തിലൂടെ പുറത്തേക്കു നോക്കി നിശ്ചലനായി നില്ക്കുകയായിരുന്നു.

പെരിവിങ്കിളിൽ മുകളിലത്തെ മുറി ഉണർന്നിരിക്കുന്നു. ജാലക

ത്തിരശ്ശീല പാതി ഉയർത്തി വച്ചിരിക്കുന്നു.

പുറത്തേക്ക് ഊർന്നുവീഴുന്ന വെളിച്ചത്തിന്റെ കീറ് ഇരുട്ടിനെ മുറിച്ച് ഒട്ടുമാവിന്റെ ചില്ലകളിൽ പതിക്കുന്നു. ഇളംകാറ്റിൽ മന്ദമായി ചലിക്കുന്ന മാവിൻ ചില്ലകൾ കാണാം.

ഞാൻ മുറിയിലുള്ള കാര്യം ജോണിച്ചായൻ വിസ്മരിച്ചതു പോലെ. ഞാൻ സാവധാനം പുറത്തേക്കു പോന്നു.

ഉറക്കം വരുന്നില്ല. ഒന്നും വായിക്കാനും തോന്നിയില്ല. വിളക്കണച്ച് ഞാൻ കിടന്നു.

എപ്പോഴോ ഞാനുണർന്നു. അപ്പോൾ രാവേറെ ചെന്നിട്ടുണ്ടാവണം. ജോണിച്ചായന്റെ മുറിയിൽ നിന്ന് അന്നേരവും സംഗീതം ഒഴുകിവരുന്നുണ്ടായിരുന്നു.

നാല്

ജോർജ് അങ്കിളിന്റെ ഓർമ്മ ദിനം. റീത്താമാവിക്ക് അന്ന് ഉപവാസമാണ്.

ഒരു ഗ്ലാസ് പാൽ മാത്രമേ മാവി കഴിക്കൂ. ജോർജ് അങ്കിളിന്റെ ശവകുടീരത്തിൽ പൂക്കളും വിതറി കുരിശിൻ തൊട്ടിയിൽ മെഴുകുതിരിയും കത്തിച്ച് വീട്ടിൽ വന്നാൽ റീത്താമാവി പ്രാർത്ഥനാ പുസ്തകവുമായി ബാക്കി സമയം ചെലവഴിക്കും.

അത് ഒരു ബുധനാഴ്ചയായിരുന്നു. മാവിയുടെ കൂടെ പള്ളിയിൽ പോകണമെന്ന് എനിക്ക് ആഗ്രഹമുണ്ടായിരുന്നു. അതു കൊണ്ട് അന്ന് ഞാൻ കോളേജിൽ പോയില്ല.

ജോണിച്ചായൻ ആ ദിവസം വീട്ടിലുണ്ടായിരുന്നെങ്കിൽ എന്ന് മാവി ആഗ്രഹിക്കാറുണ്ട്. പക്ഷേ, അത് സംഭവിക്കില്ല.

രാവിലെ തന്നെ ഞങ്ങൾ ഇറങ്ങി.

ഇരുവശവും വളർന്നു നിന്നിരുന്ന യൂക്കാലിപ്റ്റ്സ് മരങ്ങൾ തണൽവിരിച്ച പാതയിലൂടെ നിശ്ശബ്ദം ഞങ്ങൾ നടന്നു. ജോർജ് അങ്കിളിനെക്കുറിച്ചുള്ള ഓർമ്മകളിൽ മുഴുകിയായിരുന്നിരിക്കണം മാവി. അതു കൊണ്ട് എന്തെങ്കിലും സംസാരിക്കാൻ ഞാൻ മുതിർന്നില്ല.

ഞങ്ങൾ ചെല്ലുമ്പോൾ കരിങ്കല്ലുകൾ കൊണ്ടുയർത്തിയ മതിലുകൾക്കുള്ളിലെ ശ്മശാനത്തിൽ ആരുമുണ്ടായിരുന്നില്ല. ഉണങ്ങിയ പൂക്കളും പഴക്കമില്ലാത്ത പുഷ്പചക്രങ്ങളും പേറി നിൽക്കുന്ന ശവമാടങ്ങൾക്കിടയിലൂടെ മാവി നേരെ ജോർജ് അങ്കിളിന്റെ കല്ലറ

യുടെ അടുത്തേക്കു ചെന്നു.

കല്ലറയുടെ ചുറ്റും പച്ചപ്പുല്ല് തഴച്ചു വളരുന്നു. മതിലോരത്തുള്ള ആ മൂലയിൽ വിശ്രമിക്കുന്നവർ ഒരു തരത്തിൽ ധന്യരായിരുന്നു. മതിലുകളിലൂടെ തല നീട്ടി നിന്ന ചെമ്പകത്തിന്റെ ശാഖ അവിടെയെല്ലാം മഞ്ഞപ്പൂക്കൾ പൊഴിച്ചിട്ടിരുന്നു.

ചെമ്പകത്തിന്റെ പഴുത്ത ഇലകളും വാടിയ പൂക്കളും കല്ലറയുടെ മുകളിൽ നിന്ന് പെറുക്കി മാറ്റുവാൻ ഞാൻ മാവിയെ സഹായിച്ചു.

പകരം ചുവന്ന റോസാപ്പൂക്കൾ മാവി സ്നേഹപൂർവ്വം ജോർജ് അങ്കിളിന് അർപ്പിച്ചു.

അപ്പോൾ അല്പമകലെ പായൽ മൂടിയ ഒരു ശവക്കല്ലറയുടെ മറവിൽ നിന്ന് രണ്ടു പട്ടികൾ തൂങ്ങിയ ചെവികളും ചുവന്ന കണ്ണുകളുമായി ഞങ്ങളെ ഉറ്റു നോക്കുന്നുണ്ടായിരുന്നു.

പള്ളിയുടെ പടിക്കെട്ടുകളെല്ലാം കയറി മുകളിലെത്തിയപ്പോൾ മാവി കിതച്ചുപോയി. ഞങ്ങൾ കുറെ നേരം തണൽവീണ പടിയിലിരുന്ന് ക്ഷീണമകറ്റി. അപ്പോഴാണ് മാവി ജോർജ് അങ്കിളിനെപ്പറ്റി സംസാരിച്ചത്. ജോണിച്ചായന്റെ അതേ ശരീരസൗഭാഗ്യമായിരുന്നു ജോർജ് അങ്കിളിനും. ജോണിച്ചായന്റെ മീശയെടുത്തു മാറ്റിയാൽ ജോർജ്ജങ്കിളിനെ കാണാൻ മറ്റെങ്ങും പോകണ്ട.

ജോണിക്ക് എന്നാണ് ഒരു മകനുണ്ടാവുന്നത്? അവനെ ജോർജ് എന്നു വിളിച്ച് കൊതി തീർക്കുവാൻ ഇനി എത്രനാൾ കാത്തിരിക്കണം?

റീത്താമാവി പള്ളിയിൽ നിന്ന് വന്ന് മുറിയിൽ കിടന്ന് വിശ്രമിക്കുകയായിരുന്നു. വെയിലിൽ വെട്ടിത്തിളങ്ങുന്ന തടാകം നോക്കി വരാന്തയിലെ ചൂരക്കസേരയിൽ ഞാനിരുന്നു.

"കൊച്ചെന്തുവാ ഒറ്റയ്ക്കിരുന്ന് കിനാവു കാണുന്നത്?" മേരി വന്ന് എനിക്കഭിമുഖമായി കൈവരിയിൽ കയറി ഇരുന്നു.

"മേരിയെ" ഞാൻ കളി പറഞ്ഞു.

"അതിന് ഞാനിവിടെത്തന്നെയുണ്ടല്ലോ." മേരി ചട്ടയ്ക്കുള്ളിൽ നിന്ന് മാല വെളിയിലെടുത്തിട്ടിട്ട് ഉള്ളിലേക്ക് ഊതി. അവരുടെ ചട്ടയിൽ വിയർപ്പു പൊടിഞ്ഞിരുന്നു.

"എന്തൊരു ചൂട്. രണ്ടെടങ്ങഴി വെള്ളം കുടിച്ചിട്ടും ദാഹം മാറുന്നില്ല." മേരി സ്വയമെന്ന പോലെ പറഞ്ഞു.

"ജോർജ് അങ്കിളിന്റെ ഓർമ്മ ദിവസമായിട്ടും ജോണിച്ചായൻ വന്നില്ലല്ലോ." എനിക്കതായിരുന്നു പിന്നെയും ചിന്ത.

“ഓർത്തിട്ടുവേണ്ടേ വരാൻ. ജോണിക്ക് വേറെ എന്തെല്ലാം ഓർക്കാൻ കാണും. ജീവിച്ചിരിക്കുന്നവരെപ്പോലും ജോണിക്ക് ഓർമ്മയില്ലാണ്ടായി. ഇപ്പോൾ ഇടയ്ക്കിടെ വരുന്നെങ്കിലുമുണ്ടല്ലോ. പണ്ട് ഇതു വല്ലോമായിരുന്നോ സ്ഥിതി? കൊച്ചിവിടെ പാർക്കാൻ വന്നതിനു ശേഷമാ ജോണി എപ്പളും വരാൻ തുടങ്ങിയത്. ഒരു കണക്കിന് അവനെയും കുറ്റം പറഞ്ഞിട്ട് കാര്യമില്ല. ഇവിടെ വന്നാൽ ആരോട് ഇച്ചിരി വർത്തമാനം പറഞ്ഞിരിക്കാനാ? ഇപ്പോൾ കൊച്ചിനോടെങ്കിലും വല്ലതും മിണ്ടാമല്ലോ.”

മേരി പറഞ്ഞു.

“ജോണിച്ചായനെന്താ കെട്ടാത്തത്?”

ആ ചോദ്യം മേരിക്ക് ഇഷ്ടമായെന്നു തോന്നുന്നു. അവരുടെ മുഖം പ്രസന്നമായി.

“നാടു ചുറ്റി നടക്കുന്നവന് വീട്ടിലെന്തിനാ പെമ്പിള? അമ്മാമ്മ സകല അടവുകളും നോക്കിയതാണ്. ജോണി അടുക്കത്തില്ല. സാധാരണ പെമ്പിള്ളാരെയൊന്നും അമ്മാമ്മയ്ക്ക് ബോധിക്കത്തുമില്ല. നല്ല സൗന്ദര്യം വേണം. സ്വഭാവ ഗുണം വേണം. കുടുംബമഹിമേം വേണം. എല്ലാം കൂടി എപ്പളും ഒത്തു വരുമോ?”

മേരി നാവു കൊണ്ട് കീഴ്ച്ചുണ്ട് നനച്ചു. കരിനാക്കാണ് മേരിയുടേതെന്ന് അപ്പോൾ ഞാൻ കണ്ടു. ഞാൻ ശ്രദ്ധിച്ചതു കണ്ടാവാം മേരി ഉടനെ ചോദിച്ചു:

“എന്തുവാ ഇത്ര നോക്കുന്നത്”

“കരിനാക്കാണല്ലോ”

“ആ സൂക്ഷിച്ചോ. ഈ നാക്കു കൊണ്ട് എന്തെങ്കിലും പറഞ്ഞാൽ അതു ഫലിക്കും. അച്ചട്ടാ.”

“അതേയോ!”

അപ്പോൾ റീത്താമാവി മേരിയെ വിളിച്ചു. അവർ എഴുന്നേറ്റ് അകത്തേക്കു പോയി. ഒന്നും ചെയ്യാനില്ലാതിരുന്നതിനാൽ റീത്താമാവിയുടെ അനുവാദത്തോടെ ഞാൻ പഴയ ബോട്ടുജെട്ടി വരെ നടക്കാൻ പോയി.

പെരിവിങ്കിളിന്റെ മുന്നിലൂടെ കടന്നു പോകുമ്പോൾ ഗേറ്റിനുള്ളിലേക്ക് എന്റെ കണ്ണുകൾ അറിയാതെ നീണ്ടു ചെന്നു. ഒരു നിഴൽ പോലെ സോഫിയയെ ഞാൻ കണ്ടു. അവൾ എന്നെയും കണ്ടുവെന്നു തോന്നുന്നു. രണ്ടാമതൊരു വട്ടം മുഖമുയർത്തി നോക്കാൻ ധൈര്യമില്ലാതെ ഞാൻ വേഗം നടന്നു.

പാതയ്ക്കിരുവശമുള്ള വീടുകളും കണ്ട് ഓർമ്മകളിലും മുഴുകി

ബോട്ടുജെട്ടിയിൽ എത്തിയത് ഞാനറിഞ്ഞില്ല. ജെട്ടി വിജനമായിരുന്നു. മധുരനാരങ്ങയും ശീതളപാനീയങ്ങളും സിഗരറ്റും വില്ക്കുന്ന ഒരു കൊച്ചു കട മാത്രമുണ്ട്. ചെറുപ്പക്കാരിയായ ഉടമസ്ഥ താല്പര്യമൊന്നും കാട്ടാതെ കണ്ണുകളുയർത്തി എന്നെ നോക്കി.

തടാകത്തിന്റെ കരയിൽ വെള്ളത്തിന്റെ മുകളിലേക്ക് കെട്ടിയ സിമന്റ് പ്ളാറ്റ്ഫോമിന്റെ വക്കിൽ താഴേക്ക് കാലു തൂക്കിയിട്ട് ഞാൻ കുറേ നേരമിരുന്നു. താഴെ മത്സ്യങ്ങൾ പുളഞ്ഞു കളിക്കുന്നു.

ജോണിച്ചായൻ ഇങ്ങോട്ടൊന്നും വരാറില്ലായിരിക്കാം. ചൂണ്ടയിടാൻ പറ്റിയ സ്ഥലം.

അച്ചൻകോവിലാറിന്റെ തീരത്തെ കരിമ്പിൻ തോട്ടങ്ങൾ. നഞ്ചു കലക്കിയും തോട്ട പൊട്ടിച്ചും എത്ര മത്സ്യം പിടിച്ചിരിക്കുന്നു. വല മടക്കി തോളിലൂടെ പിന്നിലേക്കിട്ട ചാച്ചന്റെ പിന്നാലെ ഭാരമുള്ള മത്സ്യക്കൂടയും തൂക്കി എത്രനാൾ വീട്ടിലേക്ക് നടന്നിരിക്കുന്നു.

ഇനി വീട്ടിൽ പോകുമ്പോൾ ചൂണ്ട എടുത്തു കൊണ്ടുവരണം. ജോണിച്ചായൻ വരുമ്പോൾ ഒരു നാൾ കുറെ മത്സ്യം പിടിക്കണം.

അന്തിമാനത്തിന്റെ അരുണിമ തടാകം ഏറ്റുവാങ്ങാനാരംഭിച്ചപ്പോൾ ഞാൻ റോസ് കോട്ടേജിലേക്ക് മടങ്ങി.

പെരിവിങ്കിളിന്റെ മുന്നിലെത്തിയപ്പോൾ ഇരുട്ടു പരന്നു തുടങ്ങിയിരുന്നു. ഞാൻ നോക്കിയത് സോഫിയയുടെ മുഖത്തേക്കായിരുന്നു.

അവൾ ഗേറ്റിൽ കാത്തു നിൽക്കുകയായിരുന്നോ?

അവളുടെ മുഖത്ത് ഒരു പുഞ്ചിരിയുടെ പ്രകാശമുള്ളതു പോലെ എനിക്കു തോന്നി.

അത്രയൊന്നും വായിക്കാനോ എഴുതാനോ ഇല്ലായിരുന്നെങ്കിലും രാത്രി പതിനൊന്നിനു മുമ്പ് ഞാൻ കിടക്കാറില്ല. അപ്പോഴും പെരിവിങ്കിളിൽ മുകളിലത്തെ മുറിയിൽ പ്രകാശം കാണാറുണ്ട്.

ഞാൻ തടാകത്തിനു മുകളിൽ നിലാവു വീണലിയുന്നതു നോക്കി. കുറെ നേരം നിൽക്കും. അല്ലെങ്കിൽ ആകാശത്ത് പൂത്തിറങ്ങിയ നക്ഷത്രങ്ങളിൽ ഏറ്റവും വലുതിനെ കണ്ടുപിടിക്കാൻ വൃഥാ ഒരു ശ്രമം നടത്തും.

പിന്നെ നോക്കുമ്പോൾ പെരിവിങ്കിളിലെ വിളക്കണഞ്ഞിരിക്കും.

അന്നും പെരിവിങ്കിളിലെ ജാലകം ഇരുട്ടിലമർന്നപ്പോഴാണ് ഞാൻ ഉറങ്ങാൻ കിടന്നത്. അധിക നേരം കഴിഞ്ഞില്ല. നിദ്രയുടെ കൈകളിലേക്ക് ഞാൻ ഒഴുകുകയായിരുന്നു.

അപ്പോൾ റോസ് കോട്ടേജിന്റെ മുന്നിൽ ഏതോ ഒരു വാഹനം

വന്നു നിന്നു. വണ്ടിയുടെ വാതിൽ ഉച്ചത്തിൽ തുറന്നടയുന്ന ശബ്ദവും പിന്നീട് ചരൽ വിരിച്ച മുറ്റത്ത് കാൻവാസ് ഷൂ അമർന്നു ഞെരിയുന്ന ഒച്ചയും ഞാൻ കേട്ടു.

"അമ്മച്ചീ... അമ്മച്ചീ..."

അതു ജോണിച്ചായന്റെ സ്വരമായിരുന്നു.

ഞാൻ എഴുന്നേറ്റ് ലൈറ്റിട്ടു. ടൈംപീസിൽ സമയം പന്ത്രണ്ടാവാൻ പത്തു മിനിറ്റ്.

മുറി തുറന്ന് ചെന്നപ്പോൾ വേഷം മാറാത്ത ജോണിച്ചായൻ സ്വീകരണമുറിയിലെ സോഫയിൽ കിടന്ന് കാലുകൾ ഉയർത്തിവച്ചുകൊണ്ട് റീത്താമാവിയോട് സംസാരിക്കുകയായിരുന്നു. ജീൻസും കഴുത്തു മൂടിയ കറുത്ത ഫ്ളാനൽ ഷർട്ടുമായിരുന്നു ജോണിച്ചായന്റെ വേഷം.

"ആന്റണി ഉറങ്ങിയില്ലെ ഇതുവരെ?"

ഞാൻ ചെന്നപ്പോൾ ജോണിച്ചായൻ തലതിരിച്ച് ചോദിച്ചു.

"ഞാൻ കിടന്നതേയുള്ളായിരുന്നു."

"ഇപ്പോഴേ ഇത്ര ഉറക്കമിളയ്ക്കേണ്ട കാര്യമുണ്ടോ?" ജോണിച്ചായൻ പാതി എഴുന്നേറ്റിരുന്ന് ചോദിച്ചു.

"നീയെന്തവാ ജോണീ പറയുന്നത്? ആന്റപ്പന്റെ കണ്ണു തെളിഞ്ഞിട്ടു വേണം അവന്റെ ചാച്ചനൊന്ന് നേരെ നിൽക്കാൻ. അവനാ മൂത്തത്." മാവി പറഞ്ഞത് ജോണിച്ചായനോടായിരുന്നെങ്കിലും അത് എന്നോടുള്ള ഓർമ്മപ്പെടുത്തൽ കൂടിയായിരുന്നു.

ഒഴിഞ്ഞ പെട്രോൾ ലോറിയുമായി കൊച്ചിയിലേക്കു പോകുമ്പോൾ വീടുവഴി വന്നതാണ് ജോണിച്ചായൻ. അങ്ങനെയൊരു പതിവ് ഉണ്ടായിട്ടില്ല ഇതുവരെ. റീത്താമാവിയുടെ അത്ഭുതം അവരുടെ മുഖത്ത് വളരെ പ്രകടമായിരുന്നു.

"അമ്മച്ചി പോയി കിടന്നോ. ഒരു രണ്ടു മണിക്കൂർ കഴിഞ്ഞ് ഞാൻ പോകും. കാര്യമൊന്നും ഉണ്ടായിട്ടല്ല. ഇതുവഴി വന്നപ്പോൾ ഒന്നു കയറിയിട്ട് പോകാമെന്നു വച്ചതാണ്."

ജോണിച്ചായൻ പറഞ്ഞത് മാവിക്ക് വിശ്വാസമായില്ലെന്ന് തോന്നി.

"ഇനി ഉറക്കം കളഞ്ഞ് നീ വണ്ടിയോടിക്കണ്ട. നേരം വെളുത്തിട്ട് പോയാൽ മതി. ഇപ്പം നീ പോയാൽ എനിക്കൊരു സമാധാനവും കാണത്തില്ല."

"ശരി. അമ്മച്ചി ചെല്ല്. ഞാൻ വാതിലടച്ചേക്കാം."

"നിനക്കെന്തെങ്കിലും വേണോ കഴിക്കാൻ?"

“ഒന്നും വേണ്ട. ഞാൻ വെളിയിൽ നിന്ന് കഴിച്ചതാണ്.”

റീത്താമാവി പോയപ്പോൾ ജോണിച്ചായൻ ഒരു സിഗരറ്റെടുത്ത് കത്തിച്ചു. ആഹ്ളാദപൂർവ്വം രണ്ടുമൂന്നു തവണ പുക അകത്തേക്കെടുത്തിട്ട് ജോണിച്ചായൻ ചോദിച്ചു;

“പുതിയ വിശേഷങ്ങൾ വല്ലതുമുണ്ടോ?”

“ഇല്ല. ഒന്നുമില്ല.”

ജോണിച്ചായൻ മെല്ലെ ചൂളം കുത്തി.

കുറെ ദിവസമായി ചുവന്ന ഫിയറ്റിന്റെ വരവില്ല. അതൊ ഇനി ഞാൻ കാണാതെ പോകുന്നതാണോ? ആവാൻ വഴിയില്ല.

“ക്രിസ്മസിന് ആന്റണി ഇവിടെ കാണുമോ?”

“തീരുമാനിച്ചില്ല.”

ജോണിച്ചായൻ മുറിയിലേക്കു പോയി.

ഞാൻ പുറത്തേക്കിറങ്ങി. നിലാവില്ല. നക്ഷത്രങ്ങളുമില്ല. തണുത്ത കാറ്റടിക്കുന്നുണ്ട്. മഴ പെയ്തേക്കാം.

പെരിവിങ്കിളിലേക്കു ഞാൻ നോക്കി. അപ്പോൾ മുകളിലെ മുറിയിൽ വിളക്കു തെളിഞ്ഞു.

രാവിലെ ഞാനുണർന്നപ്പോൾ റോഡിൽ പെട്രോൾ ലോറിയില്ലായിരുന്നു. രാത്രിയിലെപ്പോഴൊ ജോണിച്ചായൻ മടങ്ങിപ്പോയിരുന്നു.

ക്രിസ്മസിന് മൂന്നു ദിവസം മുമ്പ് കോളേജടച്ചു. പത്തു ദിവസത്തെ അവധിയുണ്ട്. വീട്ടിൽ പോകണം എന്നു ഞാൻ പറഞ്ഞപ്പോൾ റീത്താമാവി സമ്മതിച്ചില്ല.

“ഇപ്രാവശ്യം ആന്റപ്പന് ക്രിസ്മസ് ഇവിടെയാണ്. ജോണി വന്നാൽ വന്നെന്നു പറയാം. ഞാനും മേരിയും മാത്രമായി എന്ത് ആഘോഷിക്കാനാണ്? നിന്റെ ചാച്ചന് ഞാനെഴുതാം. വേണമെങ്കിൽ ക്രിസ്മസ് കഴിഞ്ഞ് പോവുകയും ചെയ്യാമല്ലോ.”

മാവി പറഞ്ഞത് അനുസരിക്കാൻ തന്നെ ഞാൻ തീരുമാനിച്ചു. ഇന്നുവരെ എല്ലാ ക്രിസ്മസിനും ഞാൻ വീട്ടിലുണ്ടായിരുന്നിട്ടുണ്ട്. ഉണങ്ങിയ ഈറ്റ മുറിച്ച് കീറി വർണ്ണക്കടാസുപയോഗിച്ച് നക്ഷത്രമുണ്ടാക്കാനും ക്രിസ്മസ്മരവും പുൽക്കൂടും മോടി പിടിപ്പിക്കുവാനും അപ്പമുണ്ടാക്കാൻ കള്ളിനായി ഷാപ്പിലേക്കോടാനും ക്രിസ്മസ് പാട്ടുകാരോടൊപ്പം രാത്രിയിൽ വീടു തോറും കയറിയിറങ്ങാനും ഇപ്രാവശ്യം എനിക്കു കഴിയില്ല.

പക്ഷേ, സാരമില്ല. വീട്ടിലുണ്ടെങ്കിൽതന്നെ ഇപ്രാവശ്യം ഇക്കാര്യങ്ങൾക്കൊന്നും ഞാൻ ഇറങ്ങിത്തിരിക്കില്ല എന്നു തോന്നുന്നു.

ആ പ്രായമൊക്കെ കഴിഞ്ഞതു പോലെ.

ഞാൻ റോസ് കോട്ടേജിൽ തന്നെ തങ്ങി. ക്രിസ്മസ് കഴിഞ്ഞിട്ട് വീട്ടിൽ പോയിട്ടു വരാമെന്നും തീരുമാനിച്ചു.

റീത്താമാവി ഒരുക്കങ്ങളെല്ലാം നേരത്തെ ആരംഭിച്ചു. സഹായിക്കാൻ ഞാനും കൂടി. റോസ് കോട്ടേജ് വൃത്തിയാക്കി മോടിപിടിപ്പിച്ചു. പൂവൻകോഴിയേയും താറാവിനെയും വാങ്ങിനിറുത്തി.

മേരിക്കും നല്ല ഉത്സാഹമായിരുന്നു.

ക്രിസ്മസിന് രണ്ടു ദിവസം മുമ്പ് ഒരു ബാഗുമായി ജോണിച്ചായൻ വന്നു.

റോസ് കോട്ടേജിൽ ആഹ്ളാദം നുരഞ്ഞുപൊന്തുകയായിരുന്നു.

വൈകുന്നേരം ജോണിച്ചായൻ നഗരത്തിലേക്കു പോയി. എന്നെയും ക്ഷണിച്ചുവെങ്കിലും ഞാൻ റോസ്കോട്ടേജിൽത്തന്നെ കൂടുകയാണു ചെയ്തത്. എനിക്ക് റീത്താമാവിയെ ധാരാളം സഹായിക്കാനുണ്ടായിരുന്നു.

ഒരു പഴയ മോറിസ് മൈനർ കാറുമായാണ് ജോണിച്ചായൻ മടങ്ങിവന്നത്. അങ്കിൾ ടോണിയുടെ കാറായിരുന്നു അത്. അങ്കിൾ ടോണിയെ ഞാൻ കണ്ടിട്ടുണ്ടായിരുന്നില്ല. പ്രായം അറുപതു കഴിഞ്ഞെങ്കിലും ജോണിച്ചായന്റെ സുഹൃത്തായിരുന്നു അയാൾ.

അങ്കിൾ ടോണി കൊടുത്തയച്ച കേക്ക് ജോണിച്ചായൻ കാറിൽ നിന്ന് എടുത്തു കൊണ്ടു വന്നു.

പിറ്റേദിവസം രാവിലെ മോറിസ് മൈനറിലാണ് ഞങ്ങൾ പള്ളിയിലേക്കു പോയത്. സോഫിയെയോ എലിസബത്തിനെയോ വഴിയിൽ കണ്ടിരുന്നെങ്കിൽ ഞങ്ങൾ ലിഫ്റ്റു കൊടുക്കുമായിരുന്നു. പക്ഷേ അവരെ കണ്ടില്ല.

“കുറെക്കാലമായി ക്രിസ്മസിന് വീട്ടിൽ വന്നിട്ട്.” ജോണിച്ചായൻ പറഞ്ഞു. പക്ഷേ, കഴിഞ്ഞ ക്രിസ്തുമസുകളെല്ലാം ആർഭാടമായിത്തന്നെയാണ് ആഘോഷിച്ചത്. പോകും വഴി ആദ്യം കാണുന്ന ബാറിലോ എത്തിച്ചേരുന്ന പട്ടണത്തിലെ വിരുന്നുശാലയിലോ ഒക്കെവച്ച്.

ഞങ്ങൾ പള്ളിയിൽ നിന്ന് മടങ്ങിവന്നപ്പോൾ റോസ് കോട്ടേജിന്റെ അന്തരീക്ഷം മസാലയിൽ കുതിർന്നു വേവുന്ന കോഴിയുടെയും താറാവിന്റെയും സുഖകരമായ ഗന്ധത്തിൽ ചൂഴ്ന്നുനിൽക്കുകയായിരുന്നു.

മോറിസ്മൈനർ മുറ്റത്തു പാർക്ക് ചെയ്തിട്ട് ഞങ്ങൾ അടുക്കളയിലേക്ക് ചെന്നു. മേരി വിയർപ്പിൽ മുങ്ങിയിരുന്നു. തീയുടെ ചൂടേ

റ്റതു കൊണ്ടാവാം അവരുടെ മുഖം അല്പം കൂടി തുടുത്തിരിക്കുന്നു. റീത്താമാവി കാപ്പിയെടുത്തു വച്ചു.

ആവി പറക്കുന്ന കോഴിക്കറിയിൽ മുക്കിയ വെള്ളയപ്പം ജോണിച്ചായൻ വായനിറയെ ചവച്ചു. എന്നിട്ട് വളരെ പ്രധാനപ്പെട്ട ഒരു കാര്യംപോലെ റീത്താമാവിയോടു ചോദിച്ചു; “നമുക്കു ആ പൈലോക്കാരനു ഒരു കേക്കു കൊടുത്തയച്ചാലെന്താ?”

മുഖത്ത് ഉല്ലാസഭാവമായിരുന്നെങ്കിലും മാവി ജോണിച്ചയനെ തറപ്പിച്ചൊന്നു നോക്കി.

“അത്ര താല്പര്യമുണ്ടെങ്കിൽ നീ ചെന്ന് ഒരെണ്ണം വാങ്ങിച്ചു കൊടുക്ക്.” മാവിയുടെ പിന്നിൽ നിന്നു കൊണ്ട് മേരി പുഞ്ചിരിച്ചു.

“അല്ല, അവർ നമുക്ക് കേക്ക്? തന്നയച്ചില്ലല്ലൊ. പിന്നെന്തിനാ നമ്മൾ മാത്രം പാടുപ്പെടുന്നത്?” കൃത്രിമ ഗൗരവം ഭാവിച്ചു ജോണിച്ചായൻ പറഞ്ഞു.

മേരി കുറെ കോഴിക്കറി കൂടി എന്റെ പാത്രത്തിലേക്ക് വിളമ്പി, മേരിയുടെ എരിവുള്ള കറികളുമായി എന്റെ നാവു പൊരുത്തപ്പെട്ടു കഴിഞ്ഞിരുന്നു.

“ആ സോഫിയ കേക്കുണ്ടാക്കാൻ മിടുക്കിയാണെന്ന് ആരോ പറയുന്നതു കേട്ടു.” ശ്രദ്ധാപൂർവ്വം എല്ലിൻ കഷണത്തിൽ നിന്ന് മാംസം വേർപ്പെടുത്തിക്കൊണ്ടു ജോണിച്ചായൻ പറഞ്ഞു.

“ജോണീ നല്ലൊരു ദിവസമായിട്ടു നീ വേണ്ടാത്തതൊന്നും വിളമ്പാതെ.” റീത്താമാവി ജോണിച്ചായനു നേരെ തിരിഞ്ഞു.

വൈകുന്നേരം ഞങ്ങൾ മോറിസ്മൈനറിൽ ഒരിക്കൽ കൂടി പള്ളിയിൽ പോയി. പിന്നെ ബോട്ട്ജെട്ടിയിൽ പോയി കുറേനേരമിരുന്നു. മടങ്ങി വന്നപ്പോൾ പെരിവിങ്കിളിന്റെ മുന്നിൽ ആരോ ഉണ്ടായിരുന്നു. ജോണിച്ചായൻ കൈയുയർത്തി വീശി. അതു സോഫിയ ആയിരുന്നു.

പെരിവിങ്കിളിൽ നിറമുള്ള ബൾബുകൾ മിന്നിത്തെളിയുന്നുണ്ടായിരുന്നു. മങ്ങിയ പ്രകാശത്തിൽ സോഫിയയും ഏലിസബത്തും നീളൻ കുപ്പായങ്ങളണിഞ്ഞു മാലാഖമാരെപ്പോലെ അവിടെയും ഇവിടെയുമൊക്കെ ഒഴുകി നടക്കുന്നത് കാണാം. പോൾ പൈലോക്കാരൻ ഇടതടവില്ലാതെ ‘ചുരുട്ട്’ പുകച്ചുവിടുകയാണ്. അയാളുടെ കൈയിൽ ഒഴിയാത്ത ഗ്ലാസുമുണ്ട്. വല്ലപ്പോഴും റോസി പൈലോക്കാരനും പ്രത്യക്ഷപ്പെട്ടു.

കാറിൽ ചാരി നിന്ന് ഞാൻ എല്ലാം കണ്ടു. ജോണിച്ചായൻ മുറിയിലാണ്. വാതിൽ അടഞ്ഞു കിടന്നതു കൊണ്ട് ഞാൻ അകത്തേ

ക്കു ചെന്നില്ല.

തെളിഞ്ഞ ആകാശമുള്ള രാത്രി. നക്ഷത്രങ്ങളെല്ലാം കണ്ണുകൾ ചിമ്മി നില്ക്കുന്നു. ഏതോ ഒരു കരോൾ സംഘത്തിന്റെ പാട്ട് അകലെയല്ലാതെ കേൾക്കുന്നു.

റീത്താമാവി മുറ്റത്തേക്കിറങ്ങി വന്നു.

"ആന്റപ്പനെന്താ ഒറ്റയ്ക്കിറങ്ങി നിൽക്കുന്നത്? വീട്ടിൽ പോകാൻ പറ്റാത്ത വിഷമമായിരിക്കും.?"

"അതൊന്നുമല്ല, മാവീ. വെറുതെ നിന്നന്നേയുള്ളൂ." ഇല്ല എനിക്ക് വിഷമമൊന്നുമില്ലായിരുന്നു.

"വിശക്കുന്നില്ലെ? വാ."

വെള്ളത്തുണി വിരിച്ച് ഒരുക്കിയ തീൻമേശ. ജോണിച്ചായന്റെ അടുത്തു ഞാനിരുന്നു. വിഭവങ്ങളെല്ലാം നിരന്നിട്ടുണ്ട്. ഇറച്ചിതന്നെ ഇത്രയധികം രീതിയിൽ പാകം ചെയ്തത് മുമ്പ് ഞാൻ കണ്ടിട്ടുണ്ടായിരുന്നില്ല.

ഒടുവിലത്തെ കറിയും മേശപ്പുറത്തു കൊണ്ടുവച്ചിട്ട് മേരിയുമിരുന്നു. അവർ കുളിച്ചു പുതിയ വസ്ത്രങ്ങൾ ധരിച്ചിരുന്നു.

ഐസിൽ പൂഴ്ത്തിവച്ചിരുന്ന വൈൻകുപ്പി തുറന്ന് ജോണിച്ചായൻ മേശപ്പുറത്തു വച്ചു. ഞാൻ വൈൻ കുടിച്ചിട്ടുണ്ടായിരുന്നില്ല. മാസ് വൈനിന്റെ രുചി പള്ളിയിൽ നിന്ന് അറിഞ്ഞിട്ടുണ്ടെന്നു മാത്രം.

ഓരോ ഗ്ലാസ്സിൽ വീഞ്ഞു പകർന്ന് ജോണിച്ചായൻ റീത്താമാവിക്കും മേരിക്കും കൊടുത്തു. ഗ്ലാസ്സ് ഒന്നു മൊത്തിയിട്ട് മേരി മുഖം ചുളിച്ചു.

റീത്താമാവി ഏതോ ഓർമ്മകളിൽ മുഴുകി കൈയിലെടുത്ത വീഞ്ഞുമായി അല്പ നേരമിരുന്നു. ജോർജ്ജങ്കിളിനോടൊപ്പം ആഘോഷിച്ച ക്രിസ്മസുകളെപ്പറ്റിയുള്ള സ്നിഗ്ദ്ധമായ സ്മരണകളിൽ മുങ്ങിപ്പൊങ്ങുകയായിരുന്നിരിക്കണം മാവി.

ഞങ്ങൾ ഭക്ഷണം കഴിക്കാൻ തുടങ്ങി. റീത്താമാവി പെട്ടെന്നു വാചാലയായി. ജോണിച്ചായന്റെ പാത്രത്തിലായിരുന്നു അവരുടെ കണ്ണ്.

പാത്രം ഒഴിയാൻ അവർ സമ്മതിച്ചില്ല.

ഒരു ഗായകസംഘം റോഡിൽ കൂടി കടന്നുപോയി.

മേരിയുടെ ഗ്ലാസ് ഒഴിഞ്ഞിരുന്നു.

"ചിറ്റയ്ക്ക് അല്പം വൈൻകൂടി ഒഴിക്കട്ടെ?" ജോണിച്ചായൻ ചോദിച്ചു.വേണ്ട വേണ്ട. ഇതുതന്നെ എനിക്ക് തലയ്ക്കു പിടിച്ചെ

ന്നു തോന്നുന്നു.”

മേരിയുടെ സ്വതവേ വെളുത്ത മുഖം തുടുത്തു ചുവന്നുപോയി.

കൈ കഴുകാൻ എഴുന്നേറ്റപ്പോഴാണ് നേരിയ ലഹരി എനിക്കും അനുഭവപ്പെട്ടത്.

മേരിയും മാവിയും പാത്രങ്ങളെടുത്തു മാറ്റുന്നതുവരെ ഞങ്ങൾ മുറ്റത്ത് വെറുതെ ഉലാത്തിക്കൊണ്ടിരുന്നു.

മാവി ഉറങ്ങാൻ വട്ടം കൂടിയപ്പോൾ ജോണിച്ചായൻ എന്നെ മുറിയിലേക്കു കൂട്ടിക്കൊണ്ടുപോയി.

“ആന്റണിക്ക് ഉറക്കം വരുന്നുണ്ടോ?”

“ഇല്ല.”

“എന്നാൽ ഇരിക്ക്.”

ജോണിച്ചായൻ വാതിലടച്ചിട്ട് ഒരു റെക്കോർഡ് തിരഞ്ഞെടുത്തു.

“സൗണ്ട് ഓഫ് മ്യൂസിക് എന്നൊരു ഇംഗ്ലീഷ് ഫിലിമുണ്ട്. ആന്റണി കണ്ടിട്ടുണ്ടോ?”

“ഇല്ല.”

“അതിലെ ഒരു പാട്ടാണിത്.”

ജോണിച്ചായൻ ഗ്രാമഫോണിൽ റെക്കോർഡുവച്ചു. - യൂ ആർ സിക്സ്റ്റീൻ ഗോയിങ് ഓൺ സെവന്റീൻ......

സംഗീതസാന്ദ്രമാകുന്ന രാത്രി.

പിന്നെ ജോണിച്ചായൻ ലെതർബാഗ് തുറന്ന് പച്ചനിറമുള്ള ഒരു വലിയ കുപ്പി മേശപ്പുറത്തെടുത്തു വച്ചു. വെള്ള ലേബൽ. അത് സ്കോച്ച് വിസ്കിയായിരുന്നു.

“ആന്റണി മുമ്പ് കുടിച്ചിട്ടുണ്ടോ?”

“ഇല്ല.”

“എന്നാൽ ഇന്നു തുടങ്ങാം. എന്താ?”

ഞാൻ ഒന്നും പറഞ്ഞില്ല.

ജോണിച്ചായൻ രണ്ടു ഗ്ലാസ്സെടുത്ത് ഓരോ കഷണം ഐസ് അതിലിട്ടു. പിന്നെ ഐസിനു മുകളിൽ വിസ്കി വീഴ്ത്തി. ഒന്നിൽ ചെറിയ അളവിൽ. മറ്റേതിൽ കൂടുതൽ അളവിൽ.

ആദ്യത്തേതിൽ ധാരാളം ഐസ് വാട്ടർ ചേർത്ത് എനിക്കു നീട്ടി.

ചിയേഴ്സ്.

മെറി ക്രിസ്മസ്.

ഹാപ്പി ക്രിസ്മസ്.

ജോണിച്ചായൻ ജാലകം മലർക്കെ തുറന്നു വച്ചു. പെരിവിങ്കിളിന്റെ മുകളിലത്തെ മുറിയിൽ പ്രകാശമുണ്ട്. പാതി ഉയർത്തിവച്ച തിരശ്ശീലയ്ക്കുള്ളിലൂടെ ഒരു നിഴൽ കാണാം. അതു സോഫിയ ആവാം. അല്ലെങ്കിൽ എലിസബത്ത്. ഉറപ്പില്ല.

അപ്പോൾ ഒന്നും ഉറപ്പില്ലായിരുന്നു എനിക്ക്.

"സോഫിയ എന്റെ പെണ്ണാണ്. നീ ഒന്ന് ശ്രദ്ധിച്ചോണം."

ജോണിച്ചായൻ പറഞ്ഞു.

ജോണിച്ചായൻ ഫോമിലെത്തിയൊ? കുപ്പിയിൽ വിസ്കിയുടെ അളവ് കുറയുന്നു. ജോണിച്ചായൻ പറഞ്ഞത് ഞാൻ തലകുലുക്കി സമ്മതിച്ചു.

-യു ആർ സെവന്റീൻ ഗോയിങ് ഓൺ എയ്റ്റീൻ....

ജോണിച്ചായൻ ഗ്ലാസ്സ് ഓമനിച്ചു കൊണ്ട് പെരിവിങ്കിളിന്റെ തുറന്നിട്ട ജാലകത്തിലേക്ക് നോക്കിനിന്നു.

ഞാൻ ഒട്ടും പ്രതീക്ഷിക്കാത്ത ഒരു കാര്യമാണ്. പിന്നെ ജോണിച്ചായൻ പറഞ്ഞത്. ഞാൻ കേട്ടത് തെറ്റിയോ? ഇല്ല.

"ആന്റണി ആ ബൈബിളെടുത്തു വായിക്കൂ."

ഗ്ലാസ്സ് മേശപ്പുറത്തു വച്ചിട്ട് ഷെൽഫിൽനിന്ന് കറുത്ത തുകൽച്ചട്ടയിട്ട വേദപുസ്തകം നിവർത്തി അൽപ്പം പ്രയാസപ്പെട്ടാണെങ്കിലും ആദ്യം കണ്ട വാക്യം ഞാൻ വായിച്ചു:

"നമുക്ക് ഗ്രാമങ്ങളിൽചെന്ന് രാപാർക്കാം. അതികാലത്ത് എഴുന്നേറ്റ് മുന്തിരിത്തോട്ടങ്ങളിൽ പോയി മുന്തിരിവള്ളി തളിർത്തു പൂവിടരുകയും മാതളനാരകം പൂക്കയും ചെയ്തുവൊ എന്നു നോക്കാം. അവിടെവച്ച് ഞാൻ നിനക്ക് എന്റെ പ്രേമം തരും..."

"ഹാ മതി. ഇനി ആന്റണി പോയി കിടന്നോളൂ."

ഞാൻ ഇരുട്ടിൽ തപ്പിത്തടഞ്ഞ് എന്റെ മുറിയിൽ വന്നു കിടന്നു. എങ്കിലും ഞാൻ കിടക്കുകയായിരുന്നില്ല. ഞാൻ കിടക്കയോടൊപ്പം ഒഴുകുകയായിരുന്നു.

എവിടേക്കോ ഒഴുകിപ്പോവുകയായിരുന്നു.

ഞാൻ ഉറങ്ങുകയായിരുന്നില്ല.

ഒന്നു മയങ്ങാൻ തുടങ്ങുകയായിരുന്നു.

എന്റെ കട്ടിൽ താഴേക്ക് ഒന്നമർന്നു, ആരോ ഇരുന്നതിന്റെ ഭാരം കൊണ്ടായിരുന്നു അത്. നിഴൽപോലെ രൂപം എനിക്കും കാണാം.

എന്റെ മുഖത്ത് കൈവിരലുകളുഴിഞ്ഞു. മേരിയുടെ ഗന്ധമായിരുന്നു ആ വിരലുകൾക്ക്.

"ഉറങ്ങിയോ?" മന്ത്രം പോലെ മേരിയുടെ ശബ്ദം.

“ഇല്ല.” എന്റെ ശബ്ദം പുറത്തേക്കുവന്നില്ല.

മേരി എന്റെ വലതു കൈ എടുത്ത് ഓമനിച്ചു. പിന്നെ ചട്ട അല്പം പൊക്കി അത് ഉള്ളിലേക്ക് കടത്തി. അവർ ബോഡീസ് ധരിച്ചിരുന്നില്ല. വെണ്ണക്കുന്നുപോലെ മിനുസമായ ഇളംചൂടുള്ള മാറിടങ്ങൾ. മേരിയുടെ നെഞ്ചിടിപ്പ് എനിക്ക് അറിയാൻ കഴിഞ്ഞു.

അല്ല. അത് എന്റെ സ്വയം നെഞ്ചിടിപ്പായിരുന്നു.

***   ***

വളരെ വൈകിയാണ് ഞാനുണർന്നത്. നേരം ഉച്ചയായതുപോലെ തോന്നി. പുറത്ത് വെയിലിന് അത്ര ശക്തിയും പ്രകാശവുമുണ്ടായിരുന്നു.

തല പൊങ്ങുന്നില്ല. ഏതോ ഒരുതരം അസ്വസ്ഥത മുറിഞ്ഞുപോയ ഒരു കിനാവിന്റെ ബാക്കി പോലെ തങ്ങിനില്ക്കുന്നു.

ഞാൻ ഓർക്കാൻ ശ്രമിച്ചു. ക്രിസ്മസ് ഡിന്നർ. ജോണിച്ചായൻ പകർന്നുതന്ന മദ്യം, മേരി.

മേരി....

തലയണയിൽ കവിൾ ചേർത്ത് ഞാൻ കണ്ണടച്ചു കിടന്നു. വീണ്ടും അന്തരീക്ഷത്തിലൂടെ ഞാൻ ഒഴുകിപ്പോവുകയാണ്.

മയങ്ങിപ്പോയി. മാവിയുടെ ശബ്ദം കേട്ടാണ് കണ്ണു തുറന്നത്.

ഇനിയും കിടക്കുന്നതെങ്ങനെ? മാവി എന്തു വിചാരിക്കും?

ഞാൻ എഴുന്നേറ്റു.

“ഓ ഉണർന്നോ!”

മേരി വാതിൽപ്പടിയിൽ വന്നു നിന്ന് നോക്കി.

“എന്തൊരുറക്കമായിരുന്നു. ഞാൻ എത്ര തവണ വന്ന് വിളിച്ചെന്നറിയാമോ?” ഞാൻ ഒന്നും പറഞ്ഞില്ല. മേരിയുടെ മുഖത്ത് ഒളിച്ചുവച്ച ഒരു ചിരിയുണ്ടോ?

“കുറച്ച് കാപ്പി കൊണ്ടു വരട്ടെ?”

“ഉം.”

മേരി കൊണ്ടു വന്ന കാപ്പി കുടിച്ചിട്ട് കുളിമുറിയിലേക്ക് പോയി.

ഷവർ തുറന്നുവച്ച് സൂചിപോലെ വന്നുവീണ ജലധാരയിൽ ഞാൻ ദീർഘനേരം നിന്നു. തണുത്ത വെള്ളത്തിൽ തല കുതിർന്നപ്പോൾ സുഖം തോന്നി.

“ആന്റപ്പന് ചായയെടുക്കട്ടെ?”

മുടി ചീകി ചെന്നപ്പോൾ മാവി ചോദിച്ചു.

“വേണ്ട മാവീ. നല്ല വിശപ്പു തോന്നുന്നില്ല.”

“എങ്കിൽ ഒരു ഗ്ലാസ് പാലെടുത്തു കൊടുക്കൂ മേരീ.”

മാവി മേരിയോട് വിളിച്ചുപറഞ്ഞു.

"എനിക്ക് പാലൊഴിക്കാത്ത ഒരു കാപ്പി തന്നാൽ മതി." ഞാൻ അടുക്കളയിൽ ചെന്ന് മേരിയോട് രഹസ്യമായി പറഞ്ഞു.

നല്ല ക്ഷീണം. വൈകുന്നേരത്തെ വണ്ടിക്ക് വീട്ടിലേക്കു പോകണം എന്നു വിചാരിച്ചതാണ്. പറ്റുമെന്നു തോന്നുന്നില്ല. ഉറങ്ങണം. മതിവരുവോളം.

"ജോണിച്ചായനെവിടെ?"

"ജോണി കുറച്ചു മുമ്പ് പുറത്തേക്കു പോകുന്നതു കണ്ടു. എവിടെപ്പോവാണെന്ന് പറഞ്ഞില്ല."

ഞാൻ വീണ്ടും പോയി കിടന്നു. ഒരു മണിക്കൂർ കഴിഞ്ഞപ്പോൾ ജോണിച്ചായൻ വന്നു വിളിച്ചു.

ഊണു കഴിഞ്ഞപ്പോൽ റീത്താമാവി അന്വേഷിച്ചു.

"ആന്റപ്പൻ ഇന്ന് വീട്ടിലേക്കു പോകുന്നുണ്ടോ?"

"ആന്റണി ഇന്നു പോകുന്നില്ല."

ജോണിച്ചായനാണ് മറുപടി പറഞ്ഞത്.

ഞങ്ങൾ ജോണിച്ചായന്റെ മുറിയിലിരുന്ന് പാട്ടുകേട്ടു വിശ്രമിച്ചു. അപ്പോൾ ജോണിച്ചായൻ പറഞ്ഞു.

"നമ്മളിന്ന് സിറ്റിയിൽ ഒരു സിനിമ കാണാൻ പോകുന്നു?"

"ഏതു സിനിമ?"

"സാറ്റർഡേ നൈറ്റ് ഫീവർ. ഞാൻ നേരത്തെ കണ്ടിട്ടുള്ളതാണ്. ജോൺട്രവാൾട്ടയെ കാണിച്ചുതരാം. ഡിസ്കൊ ഡാൻസ് ഇഷ്ടമാണോ ആന്റണിക്ക്?"

ജോണിച്ചായൻ എഴുന്നേറ്റു നിന്ന് ശരീരം തിരിക്കുകയും ഉലയ്ക്കുകയും ചെയ്തു കൊണ്ട് രണ്ടു ചുവടുകൾ വച്ചു. ഇഷ്ടൻ നല്ല മൂഡിലാണെന്നു തോന്നുന്നു.

"ഞാൻ ടിക്കറ്റ് റിസർവ് ചെയ്തിട്ടാണ് വരുന്നത്."

പേഴ്സിൽ നിന്ന് റോസ് നിറമുള്ള രണ്ടു ടിക്കറ്റുകൾ ജോണിച്ചായൻ എടുത്തുകാട്ടി.

വൈകുന്നേരം ഞങ്ങൾ നഗരത്തിലേക്കു പോയി. മോറീസ് മൈനർ പറപ്പിക്കുകയായിരുന്നു ജോണിച്ചായൻ. എനിക്ക് ഭയം തോന്നി. പക്ഷേ വളവുകളും എതിരെ വരുന്ന വാഹനങ്ങളും എത്ര അനായാസതയോടാണ് ജോണിച്ചായൻ തരണം ചെയ്യുന്നത്. ആറ് പതിനഞ്ചിനാണ് ആദ്യത്തെ ഷോ. ആറുമണി കഴിഞ്ഞപ്പോൾ ഞങ്ങൾ തിയേറ്ററിൽ ചെന്നു. പക്ഷേ, ഉടനെ അകത്ത് കയറിയില്ല. ഒരു കാപ്പി കുടിക്കാൻ സമയമുണ്ട്. ജോണിച്ചായൻ പറ

ഞ്ഞു.

കാപ്പി കുടിച്ചു കഴിഞ്ഞ് ഞങ്ങൾ ചെന്നപ്പോൾ ടൈറ്റിലുകൾ കാണിച്ചു തുടങ്ങിയിരുന്നു. തിയേറ്റർബോയ് ടിക്കറ്റുകൾ വാങ്ങി ടോർച്ചുമായി വന്ന് ഞങ്ങളുടെ സീറ്റുകൾ കാണിച്ചു തന്നു.

നിറയെ ആളുണ്ട്. റിസർവ് ചെയ്യാതിരുന്നെങ്കിൽ ടിക്കറ്റു കിട്ടാതെ മടങ്ങേണ്ടിവന്നേനെ.

ഞാൻ സിനിമയിൽ ലയിച്ചിരുന്നു പോയി.

ഇന്റർവെൽ ആയപ്പോൾ പുറത്തേക്കു പോയിട്ടുവരാം എന്നു പറഞ്ഞ് ജോണിച്ചായൻ എഴുന്നേറ്റു പോയി.

സീറ്റിൽ പിന്നോക്കം മലച്ചിരുന്ന് ഞാൻ സീലിങ്ങിലെ ചുവന്ന ബൾബുകളിൽ ദൃഷ്ടിപതിപ്പിച്ചു. ജോണിച്ചായന്റെ റെക്കോർഡ് ശേഖരത്തിലുള്ള ഒരു പാട്ടാണ് അപ്പോൾ തിയേറ്ററിൽ മുഴങ്ങിയത്.

-ഓൾ ഐ ഹാവ് ടൂ ഡു ഈസ്സ്റ്റു ഡ്രീം....

ഞാൻ നേരെയിരുന്നു. ജോണിച്ചായന്റെ സീറ്റിന്റെ തൊട്ടടുത്തിരിക്കുന്ന പെൺകുട്ടി എന്നെത്തന്നെ സൂക്ഷിച്ചു നോക്കുകയായിരുന്നു. അരണ്ട വെളിച്ചത്തിൽ അപരിചിതമായ മുഖമായിരുന്നു അവളുടേത്.

ഒരു നെഞ്ചിടിപ്പോടെ ഞാൻ മനസ്സിലാക്കി, അത് സോഫിയ ആയിരുന്നു.

തൊട്ടടുത്ത് എലിസബത്ത്, റോസി, പോൾ പൈലോക്കാരൻ.

തന്നോടൊപ്പം ചേർന്നിരുന്നത് സോഫിയ എന്ന സ്വപ്നസുന്ദരിയായിരുന്നെന്ന് ജോണിച്ചായൻ അറിഞ്ഞുകാണുമോ?

ജോണിച്ചായൻ പെട്ടെന്ന് വന്നിരുന്നെങ്കിൽ. നല്ലൊരു സർപ്രൈസായിരിക്കും ഇത്.

സിനിമ വീണ്ടും തുടങ്ങിയപ്പോഴാണ് ജോണിച്ചായൻ വന്നത്. ഞാൻ ജോണിച്ചായന്റെ കൈത്തണ്ടയിൽ തൊട്ടു. ജോണിച്ചായൻ എന്റെ മുഖത്തി നേരെ തലയടുപ്പിച്ചു.

“ജോണിച്ചായന്റെ ഇടതു വശത്തിരിക്കുന്നത് സോഫിയയും പൈലോക്കാരനുമൊക്കെയാണ്.” ഞാൻ ചെവിയിൽ മന്ത്രിച്ചു.

“റിയലി?” വിചാരിച്ചതിലുമധികം അദ്ഭുതമുണ്ടായിരുന്നു സ്വരത്തിൽ. “അവർ നമ്മളെ കണ്ടു കാണുമോ?”

“ഇല്ലെന്ന് തോന്നുന്നു.”

എത്ര അപ്രതീക്ഷിതമായ സൗഭാഗ്യങ്ങൾ.

എത്ര യാദൃച്ഛികമായ വിധികല്പനകൾ.

സിനിമ തീരാറായപ്പോൾ മറ്റുള്ളവർക്കു മുമ്പെ ഞങ്ങളിറങ്ങി.

അവർ പോകുന്നത് തിരക്കിൽ നിന്നല്പം മാറി മോറിസ്മൈനറിന്റെ മറവിൽ നിന്ന് ഞങ്ങൾ വീക്ഷിച്ചു.

അവർ ഹോട്ടൽ പ്ലാസയുടെ റെസ്റ്റോറന്റിലേക്കാണ് നടന്നു കയറിയത്.

ജോണിച്ചായൻ എന്റെ മുഖത്തേക്കു നോക്കി.

"നമുക്കും പോയി എന്തെങ്കിലും കഴിച്ചാലൊ?"

"പോകാം" ഞാൻ തയ്യാറായിരുന്നു.

ഒരു മേശയ്ക്കു ചുറ്റുമുള്ള നാലു കസേരകളിൽ അവർ സ്ഥാനം പിടിച്ചിരുന്നു. എലിസബത്ത് പ്ലീറ്റഡ് സ്കർട്ടും ഫുൾസ്ലീവുമുള്ള ബ്ളൗസുമാണ് ധരിച്ചിരുന്നത്. ആ വേഷത്തിൽ അവൾക്ക് പ്രായം വളരെ കുറവായി തോന്നിച്ചു.

സോഫിയ മഞ്ഞു പോലെ നേർമ്മയുള്ള ഒരു ഇളം മഞ്ഞ സാരിയാണ് അണിഞ്ഞിരുന്നത്. അവളുടെ കഴുത്തു ചുറ്റിക്കിടന്ന നെക്ലേസിന്റെ ചുവന്ന കല്ലുകളുടെ പ്രഭ ഞങ്ങൾക്കു കാണാമായിരുന്നു.

പതിഞ്ഞ ശബ്ദത്തിൽ എന്തൊക്കെയോ പറഞ്ഞു കൊണ്ടാണ് അവർ ഭക്ഷണം കഴിച്ചിരുന്നത്. എലിസബത്തും സോഫിയയും ഞങ്ങൾ വന്നിരിക്കുന്നത് കണ്ടുവെന്ന് തോന്നി. പക്ഷേ, ഒരിക്കൽ പോലും അവർ ഞങ്ങളുടെ ഭാഗത്തേക്ക് നോക്കിയതേയില്ല. ഞങ്ങൾ ഓരോ ഓറഞ്ച് ജ്യൂസ് മൊത്തിക്കൊണ്ട് സമയം നീക്കി.

അര മണിക്കൂറിലധികം കഴിഞ്ഞപ്പോൾ ഞങ്ങൾ എഴുന്നേറ്റ് പുറത്ത് പാർക്കുചെയ്തിരുന്ന കാറിൽ കയറിയിരുന്നു. ജോണിച്ചായൻ ഒരു സിഗരെറ്റെടുത്ത് കത്തിച്ചു. പുക ഉള്ളിലേക്കെടുക്കുന്ന വേളയിൽ കാറിലെ ഇരുളിൽ തെളിഞ്ഞ ജോണിച്ചായന്റെ മുഖം ചിന്താമഗ്നമായിരുന്നു.

നാലഞ്ചു നിമിഷം കഴിഞ്ഞപ്പോൾ അവർ പുറത്തേക്കു വന്നു. പൈലോക്കാരൻ ഒരു ടാക്സി കൈ മാടി വിളിച്ചു. ടാക്സി വന്നു നിന്നപ്പോൾ അയാൾ പിൻ വാതിൽ തുറന്നു കൊടുത്തു. അമ്മയും മക്കളും കയറി. വാതിലച്ചിട്ട് അയാൾ മുൻസീറ്റിൽ കയറിയിരുന്നു. ടാക്സി നീങ്ങി.

ഇതെല്ലാം ശ്രദ്ധിച്ച് ഞങ്ങളിരിക്കുകയായിരുന്നു.

"ഹിയർ വി ഗോ." പെട്ടെന്ന് ജോണിച്ചായൻ മോറിസ്മൈനർ മുന്നിലേക്ക് ഇരപ്പിച്ചു വിട്ടു. ടാക്സിയുടെ തൊട്ടു പിന്നിലായിരുന്നു ഞങ്ങളുടെ കാർ. മുന്നിലെ ടാക്സി ബ്രേക്കൊന്നു ചവിട്ടിയാൽ ഞങ്ങളുടെ കൊച്ചു മോറിസ്മൈനർ അതിന്റെ മുകളിലൂടെ

കയറിപ്പോകുമെന്ന് എനിക്കുറപ്പുണ്ടായിരുന്നു. അത്ര സ്പീഡിൽ അടുത്തടുത്തായിരുന്നു പോക്ക്.

സോഫിയെയോ എലിസബത്തോ കാറിന്റെ ഗ്ലാസ്സിലൂടെ പിന്നിലേക്ക് കൂടെക്കൂടെ തിരിഞ്ഞു നോക്കുന്നത് ഞങ്ങളുടെ ഹെഡ്‌ലൈറ്റിന്റെ വെളിച്ചത്തിൽ കാണാൻ കഴിഞ്ഞു.

മെയിൻ റോഡിൽ നിന്ന് ചെറിയ റോഡിലേക്ക് കടന്നപ്പോൾ ജോണിച്ചായൻ ടാക്സിയെ ഓവർടേക്കു ചെയ്തു. പിന്നെ സാവാധാനമാണ് ഞങ്ങൾ പോയത്. ഞങ്ങൾ വേഗത കുറച്ചതു കാരണം ടാക്സി പലപ്പോഴും മുന്നിൽ കടക്കാൻ ശ്രമിച്ചു. ജോണിച്ചായൻ അതു സമ്മതിച്ചില്ല. ടാക്സി തുടരെത്തുടരെ ഹോണടിച്ചു കൊണ്ടിരുന്നു.

റോസ് കോട്ടേജിന്റെ മുന്നിലെത്തി മോറിസ്മൈനർ നിന്നപ്പോൾ ജോണിച്ചായൻ കുസൃതിയോടെ പുഞ്ചിരിക്കുന്നുണ്ടായിരുന്നു. ടാക്സിയുടെ ഡ്രൈവർ ജോണിച്ചായനെ ശപിച്ചിട്ടുണ്ടാവണം. തീർച്ച. സോഫിയയും എലിസബത്തും അത് ആസ്വദിക്കുകയും ചെയ്തു കാണും.

“എവിടെയായിരുന്നു രണ്ടുപേരും ഇതുവരെ?”

റീത്താമാവി ജോണിച്ചായനോട് ചോദിച്ചു.

“ഞങ്ങളൊരു ഫിലിം കാണാൻ പോയമ്മച്ചീ.”

“ചീത്ത സ്വഭാവങ്ങളൊക്കെ ഇവനെക്കൂടി നീ പഠിപ്പിക്കണം. കേട്ടോ?” മാവി ജോണിച്ചായനെ ശകാരിച്ചു.

“അമ്മച്ചീ, ഇന്ന് ക്രിസ്മസാണ്. മാത്രമല്ല ആന്റണിക്ക് വെക്കേഷനുമാണ്. മനുഷ്യരായാൽ സ്വൽപ്പം നേരമ്പോക്കൊക്കെ വേണ്ടേ? പിന്നെ സിനിമ കാണുക എന്നത് ചീത്ത സ്വഭാവമൊന്നുമല്ല.”

“ഞാൻ വെറുതെ പറഞ്ഞതല്ലേ ആന്റപ്പാ.” ജോണിച്ചായൻ പോയപ്പോൾ മാവി ചിരിച്ചു കൊണ്ട് എന്നോടു പറഞ്ഞു.

നേരത്തെ ഭക്ഷണം കഴിച്ച് ഞങ്ങൾ ഉറങ്ങാൻ പോയി.

കിടന്നതു മാത്രമേ ഞാനറിഞ്ഞുള്ളൂ.

ക്രിസ്മസിന്റെ പിറ്റേദിവസം ഞാൻ വീട്ടിലേക്ക് യാത്രതിരിച്ചു.

ഞാൻ നേരത്തെ തന്നെ വീട്ടിലേക്കെഴുതിയിരുന്നു. ക്രിസ്മസ്

ഇപ്രാവശ്യം ഞാൻ റീത്താമാവിയുടെ കൂടെയാണ് ആഘോഷിക്കുന്നത്. പിറ്റേദിവസം തന്നെ ഞാൻ വീട്ടിലേക്ക് വരാം. ഒരാഴ്ച കഴിഞ്ഞിട്ട് മടങ്ങിപ്പോന്നാൽ മതി.

വഴിക്കണ്ണുമായി അമ്മ എന്നെ കാത്തിരിക്കുമെന്ന് എനിക്കറിയാമായിരുന്നു. എയർബാഗിൽ വസ്ത്രങ്ങളെല്ലാമെടുത്തുവച്ച്

പോകാൻ ഞാൻ തയ്യാറായി.

രണ്ടു ദിവസം കൂടി കഴിഞ്ഞിട്ട് പോയാൽപോരെ എന്ന് ജോണിച്ചായൻ ചോദിച്ചതാണ്. മാവി സമ്മതിച്ചില്ല. ഒരമ്മയുടെ മനസ്സ് നന്നായി അറിയാവുന്നതു കൊണ്ടാവാം മാവി എന്നോടു പറഞ്ഞു. "ആന്റപ്പൻ വീട്ടിൽ പോകണം. ഇന്നു ചെല്ലാമെന്ന് എഴുത്തയച്ചതല്ലേ. കണ്ടില്ലെങ്കിൽ കുഞ്ഞന്നാമ്മ വിഷമിക്കും."

പക്ഷേ, പോകാൻ എനിക്ക് പാതി മനസ്സേയുള്ളായിരുന്നു എന്ന് ഒരദ്ഭുതത്തോടെ ഞാൻ ഓർത്തു.

ഞാൻ ജോണിച്ചായന്റെ മുറിയിലേക്കു ചെന്നു. അകത്തു നിന്ന് അടച്ചിരിക്കുകയായിരുന്നതിനാൽ ഞാൻ വാതിലിൽ മുട്ടി.

"അപ്പോൾ ആന്റണി പോവുകയാണ് അല്ലേ?"

"പോകണം. അമ്മ നോക്കിയിരിക്കും."

മേശപ്പുറത്തിരുന്ന കുപ്പി മിക്കവാറും ഒഴിഞ്ഞിരിക്കുന്നു.

"അല്പം നോക്കുന്നോ?"

ജോണിച്ചായൻ ചിരിച്ചുകൊണ്ടു ചോദിച്ചു

"വേണ്ട."

"ആന്റണി അടുത്താഴ്ച വരില്ലേ?"

"വരും"

"ഞാനൊരു സാധനം ഇവിടെ ഏൽപ്പിച്ചേക്കാം. വന്നുകഴിഞ്ഞ് ആന്റണി അതു കൊണ്ടുചെന്ന് അങ്കിൾ ടോണിയെ ഏൽപ്പിക്കണം. പരിചയപ്പെട്ടിരിക്കുന്നത് നല്ലതാണ്. ഞാൻ പറഞ്ഞേക്കാം ആന്റണിയെപ്പറ്റി."

ബ്ളൂബെല്ലിലേക്കുള്ള വഴി ജോണിച്ചായൻ പറഞ്ഞു തന്നു. അങ്കിൾ ടോണിയെപ്പറ്റി ജോണിച്ചായൻ പറഞ്ഞിട്ടുള്ളതാണെല്ലാം. കഥാപാത്രത്തെ പരിചയപ്പെടണം എന്ന് എനിക്കും ആഗ്രഹമുണ്ടായിരുന്നു.

"സൂക്ഷിച്ചുവേണം കൊണ്ടുപോകുവാൻ. താഴെ വീഴുകയോ തട്ടോ മുട്ടോ ഏൽക്കുകയോ ചെയ്യാതെ നോക്കണം."

ഞാൻ സമ്മതിച്ചു. സാധനം എന്താണെന്ന് ചോദിച്ചില്ല. ജോണിച്ചായന്റെ സമ്മാനമായി ഒരു കുപ്പി മദ്യമാണെങ്കിലൊ?

ട്രെയിനിൽ പോകണമെങ്കിൽ വൈകുന്നേരം വരെ കാത്തിരിക്കണം. ബസ്സിൽ പോകാൻ തന്നെ ഞാൻ തീരുമാനിച്ചു.

വസ്ത്രങ്ങൾ ധരിച്ചു കഴിഞ്ഞപ്പോൾ മേരി മുറിയിലേക്ക് കടന്നു വന്നു. അവരുടെ കണ്ണുകൾ ചെറുതായി ചുവന്നിരുന്നു.

എന്റെ നെഞ്ചിടിപ്പ് പെട്ടെന്നുയർന്നു.

"കൊച്ച് പോകാനൊരുങ്ങിക്കഴിഞ്ഞൊ?"

"ഉം."

"എന്നു വരും ഇനി?"

"അടുത്ത ഞായറാഴ്ച."

എനിക്ക് മേരിയെ മുഖത്തോടു മുഖം നോക്കാൻ കഴിഞ്ഞില്ല. ഞാൻ ജാലകത്തിലൂടെ പുറത്തേക്ക് നോക്കി നിന്നു.

"കൊച്ചിനെന്നോട് ദ്വേഷ്യമുണ്ടോ?"

അപ്രതീക്ഷിതമായി മേരി ചോദിച്ചു.

"എന്തിന്?" ഞാൻ തിരിഞ്ഞു ചിരിക്കാൻ ശ്രമിച്ചു.

എല്ലാവരോടും യാത്ര പറഞ്ഞ് ബാഗും തൂക്കി ഞാൻ ബസ്സ് സ്റ്റേഷനിലേക്ക് വേഗം നടന്നു.

വീടുവിട്ടിട്ട് എത്ര നാളായി.. കോളേജിൽ പഠിക്കാനായി പോന്നശേഷം വീട്ടിലെ വിശേഷങ്ങളറിയുന്നത് കത്തുകളിലൂടെ മാത്രമാണ്.

വീട്ടിലേക്കുള്ള യാത്രയിലുടനീളം ബസ്സിൽ വച്ച് എന്റെ ചിന്തകളിൽ മേരി മാത്രമേയുള്ളായിരുന്നു. വേർപാടിന്റെ വേദന ഒരു പുതിയ മുറിവു പോലെ എന്നിൽ നീറിക്കൊണ്ടിരുന്നു.

ആദ്യമായി കണ്ടപ്പോഴുള്ള മേരി. ഇപ്പോഴുള്ള മേരി. രണ്ടും തമ്മിൽ എന്തൊരന്തരം.

വീടിന്റെ പടി കടന്ന് ചെല്ലുമ്പോൾ പുറത്ത് ആരുമില്ലായിരുന്നു. ഇലക്ട്രിക് ബൾബിന്റെ പ്രകാശം വീണു കിടന്നിരുന്ന വരാന്തയുടെയും മുറ്റത്തിന്റെയും പരിചിതമായ കാഴ്ച എനിക്ക് ആഹ്ളാദം തന്നെയായിരുന്നു.

അനുജൻ ജോസുകുട്ടിയാണ് എന്നെ ആദ്യം കണ്ടത്. അവൻ അമ്മയുടെ അടുത്തേക്ക് ഒരോട്ടമായിരുന്നു.

എന്തൊരു ആഹ്ളാദത്തിമിർപ്പായിരുന്നു.

അരമതിലിലിരുന്ന് പ്രസന്നമായ ഭാവത്തോടെ ബീഡി വലിച്ചു കൊണ്ടിരുന്ന ചാച്ചനോട് സംസാരിച്ചിട്ട് ഞാൻ അകത്തേക്കു ചെന്നു.

എല്ലാവരുടെയും ഊണു കഴിഞ്ഞിരുന്നു. നേരിട്ടുള്ള ബസ് കിട്ടാത്തതു കൊണ്ട് ഇടയ്ക്കു കുറെ കാത്തു നിൽക്കേണ്ടി വന്നു.

ഞാൻ ഇന്നിനി ചെല്ലുമെന്ന് ആർക്കും പ്രതീക്ഷയില്ലായിരുന്നു, അമ്മയ്ക്കൊഴിച്ച്.

അടുക്കളയിൽ അരിപ്പെട്ടിയുടെ പുറത്തിരുന്ന് വെള്ളപ്പിഞ്ഞാണത്തിൽ വിളമ്പിയ ചോറുരുട്ടി അയലക്കറിയിൽ മുക്കി കുനിഞ്ഞി

രുന്ന് ഞാനുണ്ണുമ്പോൾ വാതിൽപ്പടിയിൽ ചാരി അമ്മ നിൽക്കുന്നുണ്ടായിരുന്നു.

അമ്മയുടെ കണ്ണുകൾ നനഞ്ഞിരുന്നു.

റീത്താമാവിയുടെ കൂടെ പാർക്കാൻ തുടങ്ങിയ കാലത്ത് ഞാൻ അമ്മയെക്കുറിച്ചോർക്കാത്ത ദിവസമില്ലായിരുന്നു. സാവധാനം ആ ഓർമ്മയുടെ തീവ്രത കുറഞ്ഞു പോയി.

വരുമെന്ന് നേരത്തെ കത്തയച്ചില്ലായിരുന്നെങ്കിൽ ചിലപ്പോൾ ഞാൻ വരുമായിരുന്നില്ല. ഭാഗ്യത്തിന് അങ്ങനെ സംഭവിച്ചില്ല.

എന്റെ അമ്മ. ഓർത്തപ്പോൾ തൊണ്ടയിൽ ചോറു തടഞ്ഞു.

അന്നു രാത്രി കുറ്റബോധം കൊണ്ടു തളർന്ന എന്റെ മനസ്സ് ഒരു യുദ്ധക്കളമായിരുന്നു. സ്വസ്ഥമായി ഉറങ്ങാൻ കഴിഞ്ഞില്ല. മനഃപൂർവ്വം അമ്മയെ മനസ്സിൽ സ്ഥാപിക്കുവാൻ ഞാൻ ശ്രമിച്ചെങ്കിലും മറ്റൊരു രൂപം ശക്തിയോടെ കടന്നു വന്ന് ആ സ്ഥാനം കൈയടക്കിക്കൊണ്ടിരുന്നു. മേരിയായിരുന്നു അത്.

മേരിയെപ്പറ്റി ഓർക്കാനായിരുന്നു എനിക്ക് കൂടുതൽ ആഭിമുഖ്യം എന്ന് വേദനയോടെ ഞാൻ അറിയുകയും ചെയ്തു.

ഒടുവിൽ മേരിയാണ് ജയിച്ചത്.

യാത്രാക്ഷീണം കൊണ്ട് വൈകിയാണ് ഞാനുണർന്നത്. പല്ലുതേച്ചു കൊണ്ട് പറമ്പിലാകെ ചുറ്റി നടന്നു.

പോകുമ്പോൾ കൃഷിയിറക്കിത്തുടങ്ങിയിരുന്നില്ല. ഇപ്പോൾ കപ്പയും കാച്ചിലും ചേനയും വാഴയുമെല്ലാം വളർന്നു മുറ്റിനിൽക്കുന്നു. കപ്പയ്ക്കും വാഴയ്ക്കും ഇത്തവണ വെള്ളം കോരിയത് അമ്മയും അനുജന്മാരും കൂടിയായിരിക്കണം. ചാച്ചൻ കിണറ്റിൽ നിന്ന് കുട്ടകത്തിൽ കോരി നിറയ്ക്കുന്ന വെള്ളം കപ്പയുടെ ചുവട്ടിൽ കൊണ്ടൊഴിക്കുന്നത് ഞങ്ങളുടെ ചുമതലയായിരുന്നു.

അമ്മയുണ്ടാക്കിയ ഇടിയപ്പവും മുട്ടക്കറിയും കഴിക്കുമ്പോൾ ഞാൻ പറഞ്ഞു: "കപ്പ പുഴുങ്ങിയതു മതിയായിരുന്നു രാവിലെ."

"അതിനെന്താ ഇഷ്ടം പോലെ തിന്നാമല്ലോ." അമ്മ പറഞ്ഞു.

പലപ്പോഴും അതായിരുന്നു പതിവ്. പുഴുങ്ങിയാൽ നല്ല വെണ്ണപോലെ വേവുന്ന വെള്ള റൊട്ടിക്കപ്പയും വെളിച്ചെണ്ണയൊഴിച്ചു ചാലിച്ച കാന്താരിമുളകു ചമ്മന്തിയും.

"ഇന്നലെ പ്രസാദ് വന്ന് നിന്നെ നോക്കി ഒത്തിരിനേരം ഇരുന്നിട്ടാണ് പോയത്. നീ വരുമെന്ന് വിചാരിച്ചിരുന്ന് ഊണു കഴിച്ചപ്പം രണ്ടു മണിയായി." അമ്മ പറഞ്ഞു.

ഏറ്റവും അടുത്ത രണ്ടു സ്നേഹിതന്മാരിലൊന്ന് പ്രസാദായിരു

ന്നു. ഈസ്റ്ററിനും ക്രിസ്മസിനുമൊക്കെ പ്രസാദിനെ ഉച്ചയ്ക്കുണ്ണാൻ ഞാൻ വീട്ടിൽ വിളിച്ചു കൊണ്ടു വരുമായിരുന്നു.

“ഇത്തവണ സാന്താക്ലോസ് ആരായിരുന്നെന്നറിയാമോ അച്ചാച്ചാ? നമ്മടെ കോഴിപ്പുറമ്പിലെ പീറ്റർ സാർ!” ജോസുകുട്ടിക്ക് കരോൾ പാട്ടുകാരെപ്പറ്റിയായിരുന്നു പറയാനുണ്ടായിരുന്നത്.

പീറ്റർസാർ സാന്താക്ലോസ് ആയാൽ കാണാൻ ബഹു ജോറായിരിക്കും. മുരിങ്ങയ്ക്ക പോലെയാണ് പീറ്റർ സാറിന്റെ ശരീരം. അയഞ്ഞ കുപ്പായമിട്ടാലുള്ള സ്ഥിതിയോ?

പകൽ ഞാൻ വീട്ടിൽ തന്നെ കഴിഞ്ഞു. അമ്മയുടെ ചോദ്യങ്ങൾക്കൊപ്പം തൃപ്തികരമായ മറുപടി കൊടുത്തു കൊണ്ട്. പോൾ പൈലോക്കാരന്റെ കുടുംബത്തെപ്പറ്റി വരെ പറയേണ്ടി വന്നു.

അമ്മയ്ക്ക് സന്തോഷമുണ്ടായിരുന്നു: അമ്മയുടെ കുടുംബത്തിൽ ഉദ്യോഗസ്ഥരുണ്ടെങ്കിലും അവരൊന്നും കോളേജിന്റെ പടിപോലും ചവിട്ടിയിട്ടില്ലാത്തവരാണല്ലൊ.

അകലെയുള്ള നഗരത്തിലെ കോളേജിൽ ചേർന്ന് പഠിക്കാൻ പോയ മകനെപ്പറ്റി കുഞ്ഞന്നാമ്മ പള്ളിയിൽ പോകുമ്പോൾ മറ്റു സ്ത്രീകളോട് അഭിമാനത്തോടെ പറഞ്ഞിട്ടുണ്ടാവണം, കുഞ്ഞന്നാമ്മയുടെ മകനെപ്പറ്റി പലരും അന്വേഷിക്കുകയും ചെയ്തിരിക്കണം.

വൈകുന്നേരം വെയിൽ താഴ്ന്നപ്പോൾ ഷർട്ടെടുത്തിട്ട് ഞാൻ ‘ബീച്ച്’ ലക്ഷ്യമാക്കി നടന്നു. അച്ചൻകോവിലാറിന്റെ തീരത്ത് റീത്തുപള്ളിയുടെ മുന്നിലുള്ള വള്ളക്കടവാണ് ഞങ്ങളുടെ ബീച്ച്. കരയിൽ നിന്ന് ആറ്റിലേക്കിറങ്ങാൻ പടികൾ കെട്ടിയിട്ടുണ്ട്.

പണ്ട് കുരുമുളകും കൊപ്രയുമായി ആലപ്പുഴയ്ക്കു പോകുന്ന വള്ളങ്ങൾ കടവിൽ അടുക്കുമായിരുന്നു. ആലപ്പുഴയിൽ നിന്ന് അരിയും കയറുമായെത്തുന്ന വള്ളങ്ങളും. ഇന്ന് ഓടോ ഇഷ്ടികയോ മാത്രം വള്ളങ്ങളിലെത്തുന്നു. ആറ്റുമണൽ കൊണ്ടു പോകാൻ ലോറികളും.

പള്ളിയുടെ മുന്നിൽ ആറ്റു തീരത്തു കൂടെ വളഞ്ഞു പോകുന്ന റോഡുണ്ട്. റോഡിന്റെ വക്കിൽ തീരത്തോടു ചേർന്നാണ് ചെറിയ കൽമണ്ഡപം. ഒരിക്കൽ അത് വഴിയമ്പലമായിരുന്നിരിക്കണം.

ആറ്റിൽ വെള്ളപ്പൊക്കമുണ്ടാകുമ്പോൾ മണ്ഡപത്തിന്റെ കൽത്തൂണുകളുടെ ചുവട്ടിലും വെള്ളം കയറും.

വൈകുന്നേരങ്ങളിൽ പ്രസാദും രാജുവും ഞാനും ഒത്തു കൂടുന്നത് കൽമണ്ഡപത്തിന്റെ കീഴിലാണ്. ഞങ്ങൾ ഒരു മൂവർ സംഘമായിരുന്നു.

എനിക്കു മുമ്പെ രാജുവും പ്രസാദും എത്തിയിരുന്നു. പ്രസാദ് മണ്ഡപത്തിന്റെ തൂണിൽ ചാരി ആറ്റിലേക്ക് ചെറിയ കല്ലുകളെടുത്ത് എറിയുന്നു.

രാജു തലയ്ക്കടിയിൽ കൈകൾ വച്ച് മലർന്നുകിടക്കുന്നു.

"ആന്റപ്പാ നീയങ്ങു തടിച്ചു പോയല്ലോ."

രാജു പെട്ടെന്ന് എഴുന്നേറ്റിരുന്ന് അത്ഭുതം ഭാവിച്ചു നോക്കി.

മെലിഞ്ഞ ശരീരപ്രകൃതിയായിരുന്നു എന്റേത്. റോസ്കോട്ടേജിലെ സുഖസമൃദ്ധമായ ജീവിതമാണോ കാരണമെന്നറിയില്ല, എന്റെ ശരീരം പുഷ്ടിപ്പെട്ടിരുന്നു.

"നീയെന്താ ഇന്നലെ വരാഞ്ഞത്? ഞങ്ങൾ കുറേ നേരം നോക്കിയിരുന്നു." പ്രസാദ് പറഞ്ഞു.

"വരാൻ പറ്റിയില്ല. അവിടെ തങ്ങേണ്ടി വന്നു."

"അതൊ പിടിച്ചു നിർത്താൻ വല്ലോരും ഉണ്ടായിരുന്നോ അവിടെ?" രാജുവിന് സംശയം.

"പോടാ." ഞാൻ അവന്റെ ചുമലിൽ കളിയായി അടിച്ചു.

ഒടുവിൽ കാണുമ്പോൾ രാജുവിന് മീശയില്ലായിരുന്നു. ഇപ്പോൾ രാജ്കപൂർ സ്റ്റൈയിലിൽ ഒരു പൊടിമീശ വച്ചിരിക്കുന്നു.

"നിന്റെ വിശേഷങ്ങൾ പറ ആന്റപ്പാ."

പ്രസാദ് എന്നെ പിടിച്ചിരുത്തി.

വീട്ടിലേക്ക് പോരുമ്പോൾ റീത്താമാവി ഒരു കേക്ക് പൊതിഞ്ഞ് എന്റെ ബാഗിൽ വച്ചിരുന്നു. അതിന്റെ ഒരു ഭാഗം ഞാൻ കൈയിലെടുത്തിരുന്നു.

കേക്ക് മൂന്നായി പകത്തു കൊണ്ട് ഞാൻ കോളേജിനെപ്പറ്റിയും റോസ്കോട്ടേജിനെപ്പറ്റിയും പൊതുവെ എന്റെ ജീവിതത്തെപ്പറ്റിയും പറഞ്ഞു.

ഞാൻ പറയാത്ത ചില കാര്യങ്ങളുമുണ്ടായിരുന്നു.

ഞങ്ങളുടെയിടയിൽ രഹസ്യങ്ങളൊന്നും ഉണ്ടായിരുന്നില്ല. വീരസാഹസികകഥകൾ അവതരിപ്പിക്കാനുള്ള ഞങ്ങളുടെ വേദി ആ കൽമണ്ഡപമായിരുന്നു. പക്ഷേ, എന്നും നായകൻ രാജു മാത്രമായിരുന്നു.

ഇത്തവണയും രാജുവിന് പറയാനുണ്ടായിരുന്നു വയനാട്ടിലുള്ള മൂത്ത പെണ്ണുങ്ങളുടെ കൂടെ താമസിക്കാൻ പോയ കഥകൾ. ചോര തിളപ്പിക്കുന്ന കഥകൾ.

പക്ഷേ സ്നേഹിതരെ ഒരു രഹസ്യമെങ്കിലും നെഞ്ചിനുള്ളിൽ എന്റേതായി സൂക്ഷിക്കുവാൻ എന്നെ അനുവദിക്കുക.

മേരി. വെണ്ണക്കുന്നുകൾ പോലെയുള്ള.....

"രാജുവിന് ഈയിടെ കോളായിരുന്നു." പ്രസാദ് പറഞ്ഞു.

ഞാൻ രാജുവിന്റെ നേരെ ചോദ്യഭാവത്തിൽ നോക്കി.

"അവന്റെ അളിയനും പെങ്ങളും കുവൈറ്റിൽ നിന്നും വന്നിട്ടുണ്ട്. കുറെ ദിവസത്തേക്ക് ആളെ കാണാൻ പോലും കിട്ടിയില്ല."

പ്രസാദ് തന്നെ വിശദീകരിച്ചു.

"അളിയൻ ഒരു വീഡിയോ കൊണ്ടു വന്നിട്ടുണ്ട്."

രാജു പറഞ്ഞു.

"വന്നപ്പോൾ തന്നെ രണ്ടുമൂന്നു കാസറ്റെടുത്ത് പെട്ടിയിൽ വച്ച് പൂട്ടി. അത് മറ്റവനായിരിക്കുമോ എന്ന് അപ്പോൾ തന്നെ എനിക്ക് സംശയം തോന്നി. ഞാൻ വിടുമോ? അളിയനും സൂസിമ്മാമ്മയും കുമ്പനാട്ട് പോയപ്പം ഞാനതെടുത്ത് വീഡിയോയിലിട്ട് കണ്ടു."

കണ്ടതെന്താണെന്ന് രാജുവിന്റെ മുഖഭാവത്തിൽ നിന്ന് വ്യക്തമായിരുന്നു.

"പെട്ടി പൂട്ടിയിരിക്കുവല്ലായിരുന്നോ?"

കാസറ്റ് എങ്ങനെ കിട്ടി എന്നായിരുന്നു എന്റെ സംശയം.

"നമ്പർലോക്കുള്ള പെട്ടിയല്ലേടാ. രണ്ടു മണിക്കൂറത്തെ പണി. പൂജ്യം മുതൽ തുടങ്ങി. എണ്ണൂറ്റിപ്പതിനഞ്ചായപ്പം പെട്ടി ക്ലപ്പോന്നു തുറന്നു." അവൻ നിസ്സാരം പോലെ ചിരിച്ചു.

"ഇവൻ മാത്രമേ അത് കണ്ടൊള്ളു എങ്കിൽ സാരമില്ലായിരുന്നു. ഇവൻ ആ മോളിയെക്കൂടി വിളിച്ചാണ് സിനിമ കണ്ടത്." പ്രസാദ് വെളിപ്പെടുത്തി.

നടന്നതെല്ലാം ഞാൻ മനസ്സിൽ കണ്ടു. സിനിമ കാണാനായി രാജു മോളിയെ കൈയാട്ടി വിളിക്കുന്നു. ലജ്ജയോടാണെങ്കിലും മോളി വീഡിയോ കാണാൻ വന്ന് ഇരിക്കുന്നു. രാജു കാസറ്റിട്ട് വീഡിയോ ഓൺ ചെയ്തിട്ട് നിഷ്ക്കളങ്കതയോടെ നിൽക്കുന്നു. സ്ക്രീനിൽ തെളിയുന്ന രംഗങ്ങൾ കണ്ട് വിശ്വസിക്കാനാവാത്ത ഭാവത്തോടെ തലതിരിച്ച് മോളിയെ നോക്കുന്നു. മോളി കണ്ണുപൊത്തി...

"എന്തായാലും നീ ആ സെലീനയ്ക്ക് ഇതുവരെ ഒരു കത്തയയ്ക്കാഞ്ഞത് കഷ്ടമായിപ്പോയി."

രാജു ഒരു പുതിയ വിഷയം എടുത്തിട്ടു.

സ്കൂളിൽ ഞങ്ങളുടെയൊക്കെ സഹപാഠിയായിരുന്നു സെലീന. എന്നെ സെലീനയുടെ പേരു പറഞ്ഞ് കളിയാക്കുക അവന്റെ സ്ഥിരം വിനോദമായിരുന്നു. സെലീനയ്ക്ക് അത് ഇഷ്ടമാകാറില്ല.

അവൾ ചിലപ്പോഴൊക്കെ അവന്റെ നേരെ നിന്ന് ചിരിയിട്ടുണ്ട്.

“ങാ ഒരു ക്രിസ്മസ്കാർഡെങ്കിലും നീ അയച്ചു കൊടുത്തല്ലോ. അതുമതി. അവളെന്നെ കാണിച്ചു. കൊള്ളാം. നന്നായിട്ടുണ്ട്.”

ഒരു സാധാരണകാര്യം പറയുന്ന മട്ടിൽ രാജു പറഞ്ഞു.

“ഞാനൊ?” എനിക്കത്ഭുതമായി. ഞാൻ സെലീനയ്ക്ക് ക്രിസ്മസ് കാർഡ് അയച്ചിട്ടില്ല. സെലീനയ്ക്കല്ല, ആർക്കും.”

“അത് ഇവൻ ഒപ്പിച്ച പണിയായിരിക്കും.” പ്രസാദ് സംശയിച്ചു.

എന്റെ കൈയകലത്തു നിന്ന് മാറിനിന്ന് രാജു പൊട്ടിച്ചിരിച്ചു. സെലീന ആ കാർഡു കൊണ്ട് അമ്മയുടെ അടുത്തു ചെന്ന് പരാതി പറയാഞ്ഞത് ഭാഗ്യമായി. പോകും മുമ്പ് അവളെക്കണ്ടാൽ സത്യസ്ഥിതി പറഞ്ഞു കൊടുക്കണം.

ഞങ്ങൾ നിശ്ശബ്ദരായി ഇരുന്നു.

അച്ചൻകോവിലാറ് ഇവിടെ വടക്കു നിന്നും തിരിഞ്ഞു വന്ന് വീണ്ടും പടിഞ്ഞാറോട്ട് ഒഴുകുകയാണ്. ആഴം കൂടുതലുള്ളതു കൊണ്ടാവാം ആറ് നിശ്ചലമായി തോന്നുന്നു. വെള്ളത്തിൽ കാണുന്ന കരിമ്പിൻകാടിന്റെ നിഴലിന് ചലനമില്ല.

പിന്നീടുണ്ടായിരുന്ന എല്ലാ ദിവസങ്ങളിലും വൈകുന്നേരം ഞങ്ങൾ ബീച്ചിൽ സമ്മേളിക്കുമായിരുന്നു. ഒരു ദിവസം രാജു ക്യാമറുമായാണ് വന്നത്. അവൻ ഞങ്ങളുടെ കുറെ കളർ ഫോട്ടോകൾ എടുത്തു.

“ഇത്തവണ സൂക്ഷിക്കണം. ഇവൻ ഈ ഫോട്ടോ ചിലപ്പോൾ സെലീനയ്ക്ക് അയച്ചു കൊടുത്തു കളയും.” പ്രസാദ് പറഞ്ഞു.

“ഞാൻ അവളോട് നേരത്തെ വിവരം പറഞ്ഞേക്കാം.”

പക്ഷേ, എനിക്കു സെലീനയെ കാണാൻ കഴിഞ്ഞില്ല. അവളെ കാണാൻ ഞാൻ ശ്രമിച്ചില്ല എന്നതാണ് വാസ്തവം.

ശനിയാഴ്ച രാത്രിയിലുള്ള ട്രെയിനിൽ ഞാൻ മടങ്ങിപ്പോന്നു. ഒരു വലിയ കാർഡ്ബോർഡ് പെട്ടി നിറയെ സാധനങ്ങൾ റീത്താമാവിക്കു വേണ്ടി വീട്ടിൽ നിന്ന് തന്നയച്ചിരുന്നു.

ഒരു ദിവസം കൂടി വീട്ടിൽ തങ്ങണം എന്ന ആവശ്യത്തെക്കാൾ വലുതായിരുന്നു റോസ്കോട്ടേജിലേക്ക് മടങ്ങണം എന്ന ആഗ്രഹം. മേരി ഇപ്പോൾ അക്ഷമയോടെ ദിവസങ്ങൾ തള്ളി നീക്കുകയാവും.

ട്രെയിനിൽ എനിക്ക് ഉറങ്ങാൻ കഴിഞ്ഞില്ല. അറിയാതെ മയക്കത്തിലേക്കു വഴുതി വീണും വീണ്ടും ഉണർന്നും ഞാൻ രാത്രി കഴിച്ചുകൂട്ടി. വെളുപ്പിന് നാലു മണിക്ക് വണ്ടി സ്റ്റേഷനിലെത്തും. ആ സമയത്ത് ഉണർന്നിരുന്നില്ലെങ്കിൽ വണ്ടി എന്നെയും കൊണ്ട് മറ്റെ

വിടേക്കെങ്കിലും പോകും.

റോസ്കോട്ടേജിലേക്ക് തിരിച്ചെത്തുന്നു എന്ന ആഹ്ളാദവും ഉറക്കം എന്നിൽനിന്ന് അകറ്റിനിറുത്തിയ ഒരു ഘടകമാണ്.

ട്രെയിൻ അല്പം ലേറ്റായിട്ടാണ് ഓടിച്ചിരുന്നത്. ഇറങ്ങേണ്ട സ്റ്റേഷനിലെത്തിയപ്പോൾ മണി നാലര.

പെട്ടിക്ക് നല്ല ഭാരം. ഞാനത് വലിച്ചിഴച്ച് തൂണിനോടു ചേർത്തുവച്ചു. ഒരു ടാക്സി പിടിക്കാതെ പറ്റില്ല.

ആദ്യം വേണ്ടത് ഒരു കാപ്പിയാണ്. എയർബാഗ് തോളിൽ തൂക്കി പ്ലാറ്റ്ഫോമിലുണ്ടായിരുന്ന ലഘുഭക്ഷണശാലയുടെ കൗണ്ടറിലേക്ക് ഞാൻ ചെന്നു.

അല്പം അകലെയിരിക്കുന്ന പെട്ടി ദൃഷ്ടിപഥത്തിൽ നിന്ന് വിടാതെ ചൂടുള്ള കാപ്പി ഞാൻ സാവധാനം കുടിച്ചു.

പ്ലാറ്റ്ഫോമിലെ തിരക്കൊഴിഞ്ഞപ്പോൾ ഒരു പോർട്ടറെ വിളിച്ച് പെട്ടി തലയിലേറ്റിക്കൊടുത്തു.

പോർട്ടർക്കു പിന്നാലെ നടക്കുമ്പോൾ കൈയിൽ ചുരുട്ടിവച്ച പച്ചക്കൊടിയുമായി സ്റ്റേഷൻമാസ്റ്ററുടെ യൂണിഫോമിട്ട ഒരാൾ എന്റെ എതിരെ വന്നു. എവിടെയൊ കണ്ടുമറന്ന മുഖമായിരുന്നു അയാളുടേത്.

ഞാൻ ഒന്നുകൂടി നോക്കി.

അപ്പോൾ അയാളും എന്നെ ശ്രദ്ധിക്കുകയായിരുന്നു.

അത് പോൾ പൈലോക്കാരനായിരുന്നു.

തിരിഞ്ഞുനോക്കാതെ ഞാൻ വേഗം നടന്നു.

നാല്

വീട്ടിൽ നിന്നു വന്നതിന്റെ പിറ്റെ ദിവസം രാവിലെ റീത്താമാവി പറഞ്ഞു: "ആന്റപ്പന്റെ കൈയിൽ കൊടുക്കണമെന്നു പറഞ്ഞ് ജോണി ഒരു പാക്കേജ് തന്നിട്ടാണു പോയത്. അവന്റെ മുറിയിൽ വച്ചിട്ടുണ്ട്. ഞാനതെടുത്തുതരാം."

അപ്പോഴാണ് അക്കാര്യം ഞാനോർത്തത്. അങ്കിൾ ടോണിയെ ഏൽപ്പിക്കുവാൻ ഒരു സാധനം വച്ചേക്കാമെന്ന് ജോണിച്ചായൻ പറഞ്ഞിരുന്നല്ലൊ.

ന്യൂസ്പേപ്പർ കൊണ്ടു പൊതിഞ്ഞ് റബർ ബാൻഡിട്ട ചതുരാകൃതിയിലുള്ള ഒരു പായ്ക്കറ്റ് റീത്താമാവി കൊണ്ടു വന്നു തന്നു. ക്യാമറയോ മറ്റോ ആയിരിക്കുമോ? എനിക്കങ്ങനെയാണു തോന്നി

യത്.

"എന്തവാ ആന്റപ്പാ ഇത്?" മാവി ചോദിച്ചു.

"എനിക്കറിയില്ല മാവി. അങ്കിൾ ടോണിയെക്കണ്ട് ഇത് കൊടുക്കണമെന്നാണ് ജോണിച്ചായൻ പറഞ്ഞത്."

ക്യാമറ തന്നെയാവും. തട്ടും മുട്ടും ഏൽക്കാതെ സൂക്ഷിക്കണമെന്നാണല്ലോ ജോണിച്ചായൻ പറഞ്ഞത്. ഞാനത് ഭദ്രമായി അലമാരയിൽ കൊണ്ടു ചെന്ന് വച്ചു.

എന്നാണ് ബ്ലൂബെല്ലിലേക്കു പോകുന്നത്? ശനിയാഴ്ചയാവട്ടെ. അന്ന് അവധിയാണല്ലോ. ഞാൻ തീരുമാനിച്ചു.

"കഴിഞ്ഞ ഒരാഴ്ച ഞാൻ ഉറങ്ങിയതേയില്ല." ഒറ്റയ്ക്കു കിട്ടിയപ്പോൾ മേരി ആദ്യം പറഞ്ഞത് അതായിരുന്നു. നേരായിരുന്നോ അവർ പറഞ്ഞത്? അവരുടെ കണ്ണുകൾക്കു ചുറ്റും ക്ഷീണത്തിന്റെ നിഴൽ വീണിട്ടുണ്ട്.

"വീട്ടിൽ വച്ച് എപ്പോഴെങ്കിലും എന്നെപ്പറ്റി കൊച്ച് ഓർത്തോ?" മേരി ചോദിച്ചു.

ഞാൻ മറുപടിയൊന്നും പറയാതെ ചിരിച്ചു. മേരിയെപ്പറ്റി ഓർത്തോ എന്ന്. മേരിയെപ്പറ്റിയുള്ള ഓർമ്മ എന്നെ ശ്വാസം മുട്ടിക്കാത്ത നിമിഷങ്ങളില്ലായിരുന്നു എന്നു പറഞ്ഞാൽ അവർ വിശ്വസിക്കുമോ?

ശനിയാഴ്ച രാവിലെ ഞാൻ അങ്കിൾ ടോണിയെ കാണാൻ പുറപ്പെട്ടു. ജോണിച്ചായൻ പറഞ്ഞതു പോലെ ട്രാഫിക് ഐലന്റിന് തൊട്ടു മുമ്പുള്ള സ്റ്റോപ്പിൽ ബസ്സിറങ്ങി.

ജംഗ്ഷനിലെത്തി ഇടത്തോട്ട് തിരിഞ്ഞു പോകുന്ന റോഡിൽ കൂടി അഞ്ചു മിനിറ്റോളം നടക്കുക. കുറെ മുന്നോട്ടു പോകുമ്പോൾ ഇടതുവശത്തായി ഒരു പാർക്കുമുണ്ട്. അല്പംകൂടി നടന്നാൽ ഒരു വൈൻഷോപ്പ് കാണാം. പാരീസ് വൈൻസ്. അവിടെ വീണ്ടും ഇടത്തേക്ക് തിരിയുക. കഷ്ടിച്ച് ഒരു രണ്ടു മിനിറ്റ് നടക്കുമ്പോൾ വലതുവശത്തായി ഗേറ്റിനിരുവശവും വെളുത്ത സിംഹപ്രതിമകൾ കാവൽനിൽക്കുന്ന ഒരു വീടുണ്ട്. അതിന്റെ തൊട്ടപ്പുറത്തുള്ള ഇരുനിലക്കെട്ടിടമാണ് ബ്ളൂബെൽ.

ഞാൻ കൃത്യമായി ബ്ലൂബെല്ലിന്റെ മുന്നിൽ തന്നെ എത്തിനിന്നു. ഗേറ്റ് അടഞ്ഞു കിടക്കുന്നു. കൈയിലിരുന്ന പായ്ക്കറ്റുമായി ഇനി എന്തു ചെയ്യണമെന്ന് തീരുമാനിക്കാതെ ഞാൻ നിന്നു.

ഗേറ്റു തുറക്കാൻ ഞാൻ ശ്രമിച്ചെങ്കിലും അത് അനങ്ങുവാൻ പോലും കൂട്ടാക്കിയില്ല. ഇടതു കൈയിൽ പായ്ക്കറ്റുണ്ടായിരുന്ന

തുകൊണ്ട് വലതുകൈ മാത്രമേ ഉപയോഗിക്കാൻ കഴിഞ്ഞുള്ളൂ.

ഒരാൾക്കു മാത്രം ഉള്ളിലേക്ക് കടക്കാവുന്ന ഒരു ചെറിയ വാതിൽ ഗേറ്റിന്റെ ഗ്രില്ലുകൾക്കിടയിലുണ്ടെന്ന കാര്യം പിന്നീടാണ് ഞാൻ കണ്ടത്. അത് തുറക്കാൻ പ്രയാസമനുഭവപ്പെട്ടില്ല.

മരിച്ച വീടു പോലെ നിശ്ശബ്ദമായിരുന്നു ബ്ളൂബെല്ലിന്റെ അന്തരീക്ഷം. ഇടതുവശത്തെ മതിലോരത്തുള്ള ഒരു വാട്ടർടാപ്പിൽ നിന്ന് തുടങ്ങുന്ന പച്ചനിറമുള്ള റബർഹോസ് മുറ്റത്തിനു കുറുകെ വീണു കിടക്കുന്നു. അതിന്റെ തുറന്ന അറ്റത്തു നിന്ന് ജലം മഞ്ഞപ്പൂക്കളുമായി നില്ക്കുന്ന വാഴച്ചെടികൾക്കിടയിലേക്ക് ഒഴുകിവീഴുന്നു.

റബർ ഹോസിൽ ചവിട്ടാതിരിക്കാൻ ശ്രദ്ധിച്ച് പടികൾ കയറി ഞാൻ സിറ്റൗട്ടിലെത്തി. ഒറ്റപ്പാളിയുള്ള വാതിൽ അടഞ്ഞു കിടക്കുകയാണ്. ഭിത്തിയിൽ കോളിങ്ബെല്ലിന്റെ സ്വിച്ചുണ്ട്.

ചൂണ്ടുവിരൽ കൊണ്ട് ഞാൻ സ്വിച്ചിലമർത്തി. ഉള്ളിൽ മണിയടിക്കുന്ന ശബ്ദമൊന്നും കേട്ടില്ല. രണ്ടു മിനിറ്റ് ഞാൻ കാത്തുനിന്നു. ഒന്നുകൂടി സ്വിച്ചിലേക്ക് കൈ നീണ്ടപ്പോൾ പെട്ടെന്ന് വാതിൽ തുറക്കപ്പെട്ടു. പാതി തുറന്ന വാതിലിൽ പിടിച്ചു കൊണ്ട് പ്രായം ചെന്ന പ്രൗഢയായ ഒരു സ്ത്രീ കണ്ണടച്ചില്ലുകൾക്കുള്ളിലൂടെ എന്നെ ഉറ്റുനോക്കി. മുക്കാലും നരച്ച മുടി അവർ ഗോളാകൃതിയിൽ പിൻവശത്ത് കെട്ടി വച്ചിരിക്കുന്നു. ചാരനിറത്തിലുള്ള ഒരു ഹൗസ്കോട്ടാണ് അവർ ധരിച്ചിരുന്നത്.

"ഹൂ ആർ യു മൈ ബോയ്?"

സൗമ്യമായ സ്വരത്തിൽ അവർ എന്നോടു ചോദിച്ചു.

അപരിചിതരുടെ മുന്നിൽ എത്തപ്പെടുമ്പോഴുള്ള ആ പരിഭ്രമം അപ്പോഴും എനിക്കനുഭവപ്പെട്ടു. എങ്ങനെയാണ് എന്നെ ഞാൻ പരിചയപ്പെടുത്തേണ്ടത്?

"അയാം ആന്റണി തോമസ്." ഞാൻ പറഞ്ഞു. "ജോണിച്ചായൻ..."

"ഓ ജോണി പറഞ്ഞ ആളാണ് അല്ലേ?" അവർ എന്നെ മനസ്സിലാക്കിയതുപോലെ ചിരിച്ചു. ആശ്വാസമായി.

"പ്ലീസ് കമിൻ." അവർ വാതിൽ മലർക്കെ തുറന്നു പിടിച്ചു.

ഞാൻ ഉള്ളിൽക്കടന്നപ്പോൾ വാതിൽ വീണ്ടുമടച്ചിട്ട് അവർ പിന്നാലെ വന്നു.

"ഇരിക്കൂ ടോണി ഇപ്പോൾ വരും." അവർ ഡോർ കർട്ടൻ വകഞ്ഞു മാറ്റി അകത്തേയ്ക്കു പോയി.

സന്ദർശകമുറിയിലേയ്ക്ക് തുറക്കുന്ന രണ്ട് വാതിലുകളുണ്ടായിരുന്നു. രണ്ടിലും കറുപ്പിൽ വെള്ളപ്പൂക്കളുള്ള തിരശ്ശീലകളാണ്

ഇട്ടിരുന്നത്.

ഫോം ലതറിന്റെ കുഷ്യനിട്ട കസേരകളിലൊന്നിൽ ഞാനിരുന്നു.

അത് മിസസ് ടോണിയായിരിക്കും. ഞാനൂഹിച്ചു.

ഒറ്റയ്ക്കായപ്പോൾ ഞാൻ മുറിയാകെ നോക്കിക്കണ്ടു. ഒരു വശത്ത് ഭിത്തിയോളം തന്നെ നീളമുള്ള ഷെൽഫു നിറയെ പുസ്തകങ്ങളാണ്. ഷെൽഫിനോടു ചേർന്ന് ജാലകത്തിനരികിൽ വൃത്താകൃതിയിലുള്ള ഒരു ചെറിയ മേശ. മേശയുടെ ഇരുവശവും വളഞ്ഞ കൈയുള്ള രണ്ട് കസേരകൾ.

ഭിത്തിയോടു ചേർന്നുള്ള ടീപോയ്മേൽ ചുവന്ന നിറമുള്ള ഒരു ടെലിഫോൺ. പൂപ്പാത്രത്തിൽ ഒരു കുല വെള്ളപ്പൂക്കളും.

വലതുവശത്തുള്ള ഭിത്തിയിൽ ഒരു ഓയിൽ പെയിന്റിംഗ് തൂങ്ങുന്നു. സാൽവദോർഡാലിയുടെ ഏതോ ചിത്രത്തിന്റെ വിദഗ്ദ്ധമായ അനുകരണം. മുറിയുടെ മൂലയ്ക്ക് കുഴൽ മുകളിലേക്കാക്കി ഒരു തോക്ക് ചാരിവച്ചിരിക്കുന്നു.

വാതിൽത്തിരശ്ശീലയിൽ ചലനമുണ്ടായപ്പോൾ ഞാൻ തലതിരിച്ചുനോക്കി. ഞെട്ടിപ്പോയി.

തുറന്ന വായിൽനിന്ന് പുറത്തേക്കിട്ട ചുവന്ന നാക്കുമായി ഒരു വലിയ ലാബ്രഡോർ നായ എന്നെ തുറിച്ചുനോക്കി നിൽക്കുന്നു. സിൽക്കു പോലുള്ള കറുത്ത രോമം ചീകിവച്ചതു പോലെ തിളങ്ങുന്നു. കുറിയ കാലുകളും നീണ്ട ശരീരവും. നിൽപ്പു കണ്ടാൽ ഇപ്പോൾ മുന്നോട്ട് ചാടുമെന്ന് തോന്നും.

നായയുടെ മുഖത്തു നിന്ന് കണ്ണെടുക്കാതെ നിശ്ചലനായി ഞാനിരുന്നു. ഇമയൊന്നനങ്ങിയാൽ എന്റെ ദേഹത്തേക്ക് അതു ചാടിക്കയറിയാലോ?

ഒന്നോ രണ്ടോ നീണ്ട നിമിഷങ്ങൾ.

നായ മുന്നോട്ടു വന്ന് സാവധാനം എന്റെ പാദം മുതൽ മണപ്പിക്കാൻ തുടങ്ങി. മുൻകാലുകൾ ഉയർത്തി എന്റെ മടിയിൽവച്ച് എന്റെ താടിയിൽ അത് മൂക്കു മുട്ടിച്ചു.

ശ്വാസം വിടാൻ പോലും എനിക്ക് ഭയമായിരുന്നു.

നിരുപദ്രവകാരിയാണ് ഞാനെന്നു കണ്ടാവാം അവൻ പിന്നെ അടുത്തു കിടന്ന സോഫയിലേക്ക് ചാടിക്കയറി കിടന്നു. അവിടെ കിടന്നു കൊണ്ട് എന്നെ നിരീക്ഷിക്കാൻ തുടങ്ങി.

വാതിൽത്തിരശ്ശീലയ്ക്കു കീഴിൽ കൂടി അപ്പോൾ കറുത്ത ഷൂസണിഞ്ഞ രണ്ടു പാദങ്ങൾ ഞാൻ കണ്ടു. കുറേ നേരമായിട്ട് അതവി

ടെയുണ്ടായിരുന്നു എന്ന് എനിക്കു തോന്നി.

പെട്ടെന്ന് പാദങ്ങൾ രണ്ടും മുന്നോട്ടു വന്നു.

"ഹലോ യംഗ്മാൻ. ഹൗ ആർ യൂ?"

അങ്കിൾ ടോണി എന്റെ കൈ പിടിച്ചമർത്തിക്കൊണ്ട് ചോദിച്ചു.

"ഫൈൻ, സർ" ഞാൻ ധൈര്യം വീണ്ടെടുത്തു കഴിഞ്ഞിരുന്നു.

"കോൾ മി അങ്കിൾ ടോണി."

"യെസ് അങ്കിൾ ടോണി."

അങ്കിൾ ടോണി മലർക്കെച്ചിരിച്ചു. നല്ല വൃത്തിയുള്ള നിരയൊത്ത പല്ലുകൾ.

അങ്കിൾ ടോണി ഡൈ പുരട്ടി മുടി കറുപ്പിച്ചിട്ടുണ്ടെന്നു വ്യക്തം. ചാരനിറം കലർന്ന കറുപ്പായിരുന്നു മുടിക്ക്. ഡൈ ഉപയോഗിച്ചിട്ട് മൂന്നോ നാലോ ദിവസമായതിനാലാവാം മുടിയിഴകളുടെ ചുവടിന് വെളുപ്പു നിറമായിരുന്നു.

സൂചി പോലെ അറ്റം കൂർപ്പിച്ച മേൽമീശയും കറുപ്പിച്ചിരുന്നു.

"ആന്റണിക്ക് വീടു കണ്ടു പിടിക്കാൻ പ്രയാസമുണ്ടായോ?"

"ഇല്ല"

ജോണിച്ചായൻ ഏൽപ്പിച്ചിരുന്ന പായ്ക്കറ്റ് ഞാൻ അങ്കിൾ ടോണിയുടെ കൈയിൽ കൊടുത്തു. അദ്ദേഹം റബർബാൻഡ് മാറ്റിയിട്ട് പൊതിഞ്ഞിരുന്ന കടലാസ് അഴിച്ചുമാറ്റി,

തുകലുറയുള്ള ഒരു ബൈനോക്കുലറായിരുന്നു അത്.

"ജർമ്മൻ മെയ്ഡാണിത്. ആർമി സ്പെഷ്യൽ." അഭിമാനത്തോടെ അങ്കിൽ ടോണി പറഞ്ഞു. "സീ ഹൗ പവർഫുൾ ഇറ്റ്ഈസ്."

അദ്ദേഹം എന്നെ ജാലകത്തിന്നരികിലേക്കു വിളിച്ച് എന്റെ കൈയിൽ ബൈനോക്കുലർ വച്ചുതന്നു.

അകലെ പൂത്തു നിൽക്കുന്ന ഒരു വാകമരം. ബൈനോക്കുലർ കണ്ണിൽ ചേർത്തു വച്ച് പൂക്കൾ നോക്കി. ചുവപ്പിന്റെ പ്രളയം. നോബു തിരിച്ച് വീണ്ടും ഫോക്കസ് ചെയ്തു. ഒരു പൂങ്കുല. അതിലെ ഒരു പൂവ്. പൂവിനുള്ളിൽ ഒരു തേനീച്ച. തേനീച്ചയുടെ മുതുകിൽ കുറുകെ തിളങ്ങുന്ന കറുപ്പും നീലയും വരകൾ.

ബോദ്ധ്യമായില്ലേ എന്ന മട്ടിൽ അങ്കിൾ ടോണി എന്റെ മുഖത്തേക്കു നോക്കി. ഞാൻ അത്ഭുതം ഭാവിച്ചു നിന്നു. പക്ഷെ, എന്റെ അത്ഭുതത്തിനു കാരണം അതൊന്നുമല്ലായിരുന്നു.

അപ്പോൾ മിസസ് ടോണി കടന്നുവന്നു. അവർ ചോദിച്ചു: "ആന്റണിക്ക് കുടിക്കാനെന്താണു വേണ്ടത്? കാപ്പിയെടുക്കട്ടെ. അതോ തണുത്തതെന്തെങ്കിലും?"

"കാപ്പി മതി." ഞാൻ പറഞ്ഞു.

"കുറച്ചു മാമ്പഴം കൂടി എടുക്കട്ടെ." അവർ ചോദിച്ചു.

"വേണ്ടിവരില്ല. ആന്റണി ഇന്ന് ബ്രേക്ക്ഫാസ്റ്റിനോടൊപ്പം മാമ്പഴവും കഴിച്ചിട്ടാണ് വരുന്നത്." അങ്കിൾ ടോണി പറഞ്ഞു.

രാവിലെ കാപ്പിക്ക് പുട്ടും കടലയുമായിരുന്നു. കൂടെ ഒരു പാത്രം നിറയെ തൊലി ചെത്തിപ്പൂളിയ സേലം മാമ്പഴവും കൊണ്ടു വച്ചു മേരി.

മിസിസ് ടോണി ഒരു ട്രേയിൽ കാപ്പിയുമായി വന്നു. ഒരു കപ്പ് കാപ്പിയെടുത്ത് എനിക്കു നീട്ടി. ഒന്ന് അങ്കിൾ ടോണിക്കും കൊടുത്തു.

കാപ്പി ഒന്നു മൊത്തിയിട്ട് അങ്കിൾ ടോണി മിസസ് ടോണിയോട് പറഞ്ഞു: "ആന്റണിക്ക് ഒരു എനർജിനീയറാകാനാണ് മോഹം."

"അതേയോ?"

"അങ്ങനെയൊന്നുമല്ല." ഞാൻ സമ്മതിച്ചു കൊടുത്തില്ല.

"മാത്തമാറ്റിക്സിന് കഴിഞ്ഞ ടെസ്റ്റിൽ സെന്റ്പെർസന്റും വാങ്ങിയില്ലേ?"

കഴിഞ്ഞ ടെസ്റ്റ്പേപ്പറിന് നൂറിൽ നൂറും മാർക്കും കിട്ടിയ ഏക വ്യക്തി ഞാനായിരുന്നു. പക്ഷേ, അങ്കിൾ ടോണി എങ്ങനെയറിഞ്ഞു അത്. ജോണിച്ചായനോട് ഇക്കാര്യമൊന്നും ഞാൻ പറയാറുമില്ല.

അല്ലെങ്കിൽ തന്നെ മാമ്പഴത്തിന്റെ കാര്യമോ?

ഞാൻ കൗതുകത്തോടെ അങ്കിൾ ടോണിയെത്തന്നെ നോക്കിയിരുന്നു. ഈ സമയമെല്ലാം നായ സോഫയിൽ കിടന്നു കൊണ്ട് അണയ്ക്കുകയായിരുന്നു.

"ഹാവ് യു എവർ ബീൻ ടു ദി ഹിൽസ്? ലേക്കുറിന്റെ മറുകരയിൽ ഒരു ചെറിയ കാടുണ്ട്. ചിലപ്പോഴൊക്കെ ജോണിയും എന്നോടൊപ്പം ഹണ്ടിങ്ങിനു കൂടാറുണ്ട്. നമുക്ക് ഒരു ദിവസം പോകണം. എന്താ?"

അങ്കിൾ ടോണി എഴുന്നേറ്റ് വാത്സല്യപൂർവ്വം നായയുടെ തലയിൽ തലോടാൻ തുടങ്ങി.

ഞാൻ വാച്ചിൽ നോക്കി. തിരിച്ചു പോകാൻ സമയമായിരിക്കുന്നു. എന്റെ വിചാരം മനസ്സിലാക്കിയതു പോലെ അങ്കിൾ ടോണി പറഞ്ഞു: "ആന്റണിക്കു പോകാൻ ധൃതി കാണും. തിങ്കളാഴ്ച ഇംഗ്ലീഷിന്റെ ടെസ്റ്റ് പേപ്പർ ഉണ്ടല്ലോ. ചെന്നിട്ടു വേണം വല്ലതും വായിക്കാൻ. അല്ലേ?"

"അതെ. തിങ്കളാഴ്ച ടെസ്റ്റ്പേപ്പറുണ്ട്."

"എങ്കിലും നോവൽ വായന മുടക്കാൻവയ്യല്ലോ. 'ഗോഡ് ഫാദർ' തീർത്തോ?"

"ഇല്ല."

വെറുതെ എന്നെയെന്തിനാണ് അങ്കിൾ ടോണി അമ്പരിപ്പിക്കുന്നത്?

ലൈബ്രറിയിലെ ഷെൽഫുകൾ തിരഞ്ഞുനടക്കുമ്പോഴാണ് അപ്രതീക്ഷിതമായി 'ഗോഡ് ഫാദർ' കിട്ടിയത്. കോളേജ് ലൈബ്രറിയിൽ കിട്ടാൻ സാധ്യതയില്ലെന്ന് വിചാരിച്ച പുസ്തകം.

ക്ലാസിൽ ഒഴിവു സമയത്തിരുന്നാണ് ഞാനതിന്റെ മുക്കാലും വായിച്ചുതീർത്തത്.

അങ്കിൾ ടോണിയും ഒരു നല്ല വായനക്കാരനാണെന്നു തോന്നുന്നു. ഷെൽഫ് നിറയെ പുസ്തകങ്ങളുണ്ടല്ലോ. ടെലിഫോണുള്ള ടീപോയുടെ മേൽ കണ്ട പുസ്തകത്തിലേക്ക് എന്റെ കണ്ണുകൾ നീണ്ടു ചെന്നു.

"എന്താ ആന്റണിക്കും ഫോൺ ചെയ്യണോ?" സിക്സ് ത്രീ സെവൻ സീറോ വൺ?" അങ്കിൾടോണി ചോദിച്ചു.

"ഓ ടോണീ, പ്ലീസ് ഹോൾഡ് യുവർ ടംഗ്." മിസിസ് ടോണി അദ്ദേഹത്തെ ശാസിച്ചു. അപ്പോൾ അങ്കിൾ ടോണി രഹസ്യം നിറഞ്ഞ ഒരു ചിരി അവർക്കു സമ്മാനിച്ചു.

പോകാനായി ഞാൻ എഴുന്നേറ്റു.

"ആന്റണിക്ക് വായിക്കാൻ ഞാനൊരു പുസ്തകം തരാം."

ഷെൽഫു തുറന്ന് ഒരു പുസ്തകം തിരഞ്ഞെടുത്ത് അങ്കിൾ ടോണി എനിക്കു തന്നു. ഞാനത് തുറന്നുനോക്കി.

ആർതർ കോനൻ ഡോയിലിന്റെ 'ഷെർലക് ഹോംസ് കഥകൾ' ആയിരുന്നു അത്.

*** ***

സമയം ആറുമണി കഴിഞ്ഞ് മുപ്പതു മിനിറ്റ്. അഞ്ചുമണി കഴിഞ്ഞപ്പോൾ വന്ന ചുവന്ന ഫിയറ്റ് കാർ പെരിവിങ്കിളിന്റെ മുറ്റത്തുള്ള ഒട്ടുമാവിന്റെ ചുവട്ടിൽ അപ്പോഴും കിടക്കുന്നുണ്ടായിരുന്നു.

പതിവു പോലെ റീത്താമാവി സ്വീകരണമുറിയുടെ ജാലകത്തിനരികെയുള്ള കസേരയിലിരിക്കുന്നു. ജാലകത്തിരശ്ശീല ഒരുവശത്തേക്ക് നീക്കി വച്ചിട്ടുണ്ട്. അവിടെയിരുന്നാൽ പെരിവിങ്കിളിന്റെ വരാന്തയും കാറിന്റെ ചുവന്ന ടോപ്പും കാണാം.

ഞാൻ മുറിയിൽത്തന്നെയായിരുന്നു. ചുവന്ന ഫിയറ്റിലുള്ള

താല്പര്യം കുറഞ്ഞുപോയതു കൊണ്ടല്ല. 'ഷെർലക് ഹോംസ് കഥകൾ' മുന്നിൽ തുറന്നു വച്ച് അഞ്ചാമത്തെ കഥ രസത്തോടെ വായിക്കുകയായിരുന്നു ഞാൻ.

അപ്പോഴേക്കും മിസ്റ്റർ വാട്സനും എന്റെ ആത്മമിത്രമായിക്കഴി ഞ്ഞിരുന്നു.

അങ്കിൾ ടോണി ഒരു ഭയങ്കരൻ തന്നെ. എത്ര വിദഗ്ദ്ധമായിട്ടാ ണ് എന്നെ അമ്പരിപ്പിച്ചു കളഞ്ഞത്.

പക്ഷേ, വളരെ വൈകാതെ കള്ളി വെളിച്ചത്തായി.

ഞാൻ ബ്ലൂബെല്ലിൽ പോയതിന്റെ മൂന്നാം ദിവസം തിങ്കളാഴ്ച. ഉച്ചകഴിഞ്ഞ് ഞങ്ങൾക്കു ഫിസിക്സ് പ്രാക്ടിക്കലായിരുന്നു. ഡ്രോ യിംഗ്ബോർഡിൽ പിൻ കുത്തിയുറപ്പിച്ച വെള്ളക്കടലാസിന്റെ പുറത്ത് ട്രയാംഗുലർ പ്രിസം വച്ച് പ്രകാശരശ്മികളുടെ ഡീവിയേ ഷൻ അടയാളപ്പെടുത്തുകയായിരുന്നു ഞാൻ.

ഡ്രോയിംഗ്ബോർഡിന്റെ നിരപ്പിൽ കണ്ണുകൾ ചേർത്തുവച്ച് പ്രിസത്തിലൂടെ നോക്കി മറുവശത്ത് മൊട്ടുസൂചിയുറപ്പിച്ചു. അപ്പോൾ മേശയുടെ മറ്റേ അറ്റത്തു കണ്ട മുഖം എന്റെ ശ്രദ്ധയിൽ പതിഞ്ഞു.

അത് ഡെയ്സിയായിരുന്നു. ഒരേ ക്ലാസ്സിലായിരുന്നെങ്കിലും ഞങ്ങൾ തമ്മിൽ അത്ര അടുപ്പമൊന്നുമല്ല.

ഞാൻ നോക്കുന്നതു കണ്ടാവാം അവൾ പുഞ്ചിരിച്ചു. പിന്നെ അവൾ നീളൻ മേശയുടെ മുകളിലൂടെ ചോദിച്ചു:

"ബ്ലൂബെല്ലിൽ പോയിരുന്നു അല്ലേ?"

"പോയിരുന്നു." തെല്ലദ്ഭുതത്തോടെ ഞാൻ പറഞ്ഞു.

"റോസ്കോട്ടേജിലെ ജോണിഅങ്കിളിന്റെ കസിനാണ് ആന്റണി എന്ന് ഇന്നലെയാണ് ഞാനറിഞ്ഞത്. ഇറ്റ് വാസ് റിയലി എ സർ പ്രൈസ്."

"എങ്ങനെയറിഞ്ഞു?"

"ഇന്നലെ ഞാൻ ബ്ലൂബെല്ലിൽ പോയിരുന്നു."

"അങ്കിൾ ടോണിയെ അറിയുമോ?" എന്റെ ആകാംക്ഷയ്ക്ക് അതിരില്ലായിരുന്നു.

ഇത്തവണ അവളാണ് അദ്ഭുതം കൂറിയത്.

"കൊള്ളാം അറിയുമോ എന്നോ! എന്റെ ഗ്രാൻപായാണ്. മമ്മീ സ് ഫാദർ."

കാര്യങ്ങളുടെ കിടപ്പ് അപ്പോൾ അങ്ങനെയാണ്. അങ്കിൾ ടോണി ബുദ്ധിമാൻ തന്നെ. കൗശലത്തോടെ ആ ബുദ്ധി ഉപയോ ഗിച്ചിരിക്കുന്നു.

"ആന്റണിയെപ്പറ്റി എന്നോട് പലതും ചോദിച്ചിരുന്നു. റോസ്കോ ട്ടേജിലാണ് ആന്റണി താമസം എന്ന് എനിക്കറിയില്ലായിരുന്നു."

"ഡെയ്സിയുടെ ഗ്രാൻപായുടെ വിചാരം പുള്ളിക്കാരൻ ഒരു ഷെർലക് ഹോംസാണെന്നാണ്." ഞാൻ പറഞ്ഞു.

ഡെയ്സി ശബ്ദമുണ്ടാക്കാതെ ചിരിച്ചു.

ചില്ലറ പൊടിക്കൈകൾ കൈവശമുള്ള അങ്കിൾ ടോണിയെ വീണ്ടും സന്ദർശിക്കണം. വായിച്ചു കഴിഞ്ഞ് പുസ്തകം തിരിച്ചു കൊടുക്കുകയും വേണം.

മുറിയിൽ വെളിച്ചം കുറഞ്ഞു. എഴുന്നേറ്റ് ലൈറ്റിട്ടിട്ടു വന്ന് വീണ്ടും ഞാൻ വായിക്കാനിരുന്നു. അപ്പോൾ മേരി കടന്നു വന്നു ചോദിച്ചു:

"പഠിക്കാനുള്ളതു വല്ലോമാണോ വായിക്കുന്നത്?"

"അല്ല, ഇതൊരു കഥാപുസ്തകമാണ്."

മേരി എന്റെ വലതു വശത്തു വന്നുനിന്ന് ചുമലിനു മുകളിലൂടെ കുനിഞ്ഞ് പുസ്തകത്തിലേക്ക് നോക്കി. അവരുടെ ഉച്ഛ്വാസവായു എന്റെ കവളിൽ തട്ടി.

"അമ്മാമ്മ മുൻവശത്തെ മുറിയിലിരിക്കുകയാണ്." മേരി പറഞ്ഞു.

"ഉം."

"ആ കാറുവന്നു കിടപ്പുണ്ട്. ഇനി അതു പോകാതെ അമ്മാമ്മ അവിടെനിന്ന് എഴുന്നേക്കത്തില്ല."

മേരി എന്റെ ചുമലിൽ തൊട്ടു. ഞാൻ എഴുന്നേറ്റ് അവർക്ക് അഭിമുഖമായി നിന്നു. എന്റെ നെഞ്ചോളം പൊക്കമേയുള്ളൂ മേരിക്ക്.

നാലോ അഞ്ചോ നിമിഷങ്ങൾ കഴിഞ്ഞു കാണും.

"മേരീ..."

സ്വീകരണമുറിയിൽ നിന്ന് റീത്താമാവി തിടുക്കത്തിൽ വിളിച്ചു.

അന്യോന്യം പരിലാളനകളിൽ മുഴുകിയിരുന്ന ഞങ്ങൾ പെട്ടെന്ന് എഴുന്നേറ്റു.

മേരിയാണ് ആദ്യം ചെന്നത്. പിന്നെ ഞാനും. റീത്താമാവി ജാലകത്തിന്റെ അഴികളിൽ പിടിച്ച് പുതിയ ഒരുന്മേഷത്തോടെ പെരിവിങ്കളിലേക്ക് നോക്കി നിൽക്കുന്നു.

ഞാൻ ചെന്നപ്പോൾ പുറത്തു നിന്നും വരുന്ന പോൾ പൈലോക്കാരൻ ഗേറ്റു തുറന്ന് ഉള്ളിലേക്കു കടക്കുകയാണ്. മുറ്റത്തു കിടക്കുന്ന കാർ ദൃഷ്ടിയിൽപ്പെട്ടപ്പോൾ അയാൾ പെട്ടെന്നു നിന്നു.

സന്ധ്യ മയങ്ങുന്ന നേരിയ ഇരുട്ടിൽ ബാഗും തൂക്കി നില്ക്കുന്ന ഒരു കറുത്ത പ്രതിമയായിരുന്നു അയാളപ്പോൾ.

നെഞ്ചിടിപ്പോടെ ഞങ്ങൾ മൂന്നുപേരും ജാലകത്തിനു പിന്നിൽ

നിരന്നു.

ചലനശക്തി വീണ്ടെടുത്ത് അയാൾ മുന്നോട്ട് കുതിച്ചു. കാറിനടുത്തെത്തിയപ്പോൾ കൈയിലിരുന്ന ലതർബാഗ് അയാൾ കാറിന്റെ ബോണറ്റിൽ ആഞ്ഞടിച്ചു. പിന്നെ കാറ്റുപോലെ അയാൾ ഉള്ളിലേക്ക് പായുകയായിരുന്നു.

അകത്ത് ബഹളമുയർന്നു. ഞങ്ങൾക്ക് എല്ലാം ഊഹിക്കാനെ കഴിഞ്ഞുള്ളൂ.

പിടിയും വലിയും നടക്കുന്നതു പോലെ. അടിയുടെയൊ ഇടിയുടെയൊ ഒച്ച കേൾക്കുന്നു. ഫർണിച്ചർ മറിഞ്ഞുവീഴുന്നുണ്ട്. പാത്രങ്ങളും തകരുന്നു.

പൈലോക്കാരന്റെയും റോസിയുടെയും സ്വരത്തിനു പുറമെ അപരിചിതന്റെ ശബ്ദവും കേൾക്കുന്നുണ്ട്.

സോഫിയ? എലിസബത്ത്?

ഞാൻ പുറത്തേക്കിറങ്ങി മതിലിന്റെ അടുത്തേക്കു ചെന്നു. മുകളിലത്തെ മുറിയിൽ വെളിച്ചമുണ്ട്. ബാൽക്കണിയിൽ സോഫിയയും എലിസബത്തും അന്യോന്യം നോക്കാതെ നിൽക്കുന്നു. അവർ വല്ലാതെ ഭയന്നിട്ടുണ്ടെന്ന് നിൽപ്പു കണ്ടാൽ അറിയാം.

ഒരു ആക്രോശം. ഒരു അലർച്ച. മുൻവശത്തെ വാതിൽ ശക്തിയായി തുറന്നടഞ്ഞു. മുറ്റത്തേക്ക് ഓടിയിറങ്ങിയ രൂപം മാവിൻചുവട്ടിൽ കിടന്ന കാറിൽ കയറുന്നു. കാർ മുന്നോട്ട് കുതിക്കുന്നു.

ശബ്ദങ്ങൾ അല്പനേരം കൂടി നീണ്ടു നിന്നു.

ഞാൻ സാവധാനം മുറിയിലേക്കു പോയി. റീത്താ മാവിയും മേരിയും പഴയപടി നിൽക്കുന്നു. അവർ ഒന്നും പറയുന്നില്ല.

പുസ്തകം മടക്കി വച്ച് ഞാൻ കട്ടിലിൽ കിടന്നു.

എന്തിനാണ് എന്റെ മനസ്സ് വിങ്ങുന്നത്? സോഫിയയേയും എലിസബത്തിനേയും ഓർത്തിട്ടാണോ? പോൾ പൈലോക്കാരനെ ഓർത്തിട്ടോ?

അതോ ജോണിച്ചായനെ ഓർത്തിട്ടോ?

രണ്ടു ദിവസത്തേക്ക് പെരിവിങ്കിളിൽ ആരെയും പുറത്തേക്ക് കണ്ടില്ല. മൂന്നാം ദിവസം സായാഹ്നത്തിൽ റോസി ഹാൻഡ്ബാഗ് തോളിൽ തൂക്കി പുറത്തേക്ക് പോകുന്നതു കണ്ടു.

പോൾ പൈലോക്കാരനെ റെയിൽവേസ്റ്റേഷനിൽ വച്ച് കണ്ട കാര്യം ഞാൻ ആരോടും പറഞ്ഞില്ല. പൈലോക്കാരനെപ്പറ്റി മാവിക്ക് എന്തോ ചില ധാരണകളൊക്കെയുണ്ട്. ആ ധാരണകൾ തെറ്റാണെങ്കിൽപോലും അവ തകർന്നാൽ മാവിക്ക് നിരാശ തോന്നും.

വെറുതെയെന്തിന് മാവിയെ നിരാശപ്പെടുത്തുന്നു. തെറ്റിദ്ധാരണകളൊക്കെ എപ്പോഴെങ്കിലും തകരട്ടെ.

സോഫിയയെ വളരെ ചുരുക്കമായേ പിന്നീട് ഞാൻ കണ്ടുള്ളു. പഴയ ചൊടിയും പ്രസരിപ്പും എവിടെയോ പോയ് മറഞ്ഞതു പോലെ.

ഒട്ടുമാവിന്റെ തടിയിൽ ചാരി തടാകത്തിനു മുകളിലൂടെ വിദൂരതയിലെങ്ങോ നോട്ടമുറപ്പിച്ച് ലോകം മറന്ന് അവൾ നിൽക്കുന്നതാണ് ഞാൻ മിക്കപ്പോഴും കണ്ടിട്ടുള്ളത്.

പ്രത്യേകിച്ചൊന്നും സംഭവിക്കാതെ ദിവസങ്ങൾ വന്നുപൊയ്ക്കൊണ്ടിരുന്നു. ധാരാളം പഠിക്കാനുള്ളതു കൊണ്ട് കൂടുതൽ സമയവും ഞാൻ മുറിക്കുള്ളിൽ തന്നെയായിരുന്നു. പഴയതു പോലെ പെരിവിങ്കിളിലേക്ക് ശ്രദ്ധ പതിപ്പിക്കുവാൻ എനിക്ക് കഴിഞ്ഞില്ല.

ചൂടുകാലം വന്നെത്തി. തളർന്നുറങ്ങിയ ഒരു രാത്രിയിൽ ജോണിച്ചായന്റെ സ്വരം കേട്ടാണ് ഞാനുണർന്നത്. ക്രിസ്മസിനു ശേഷം ജോണിച്ചായൻ വന്നിട്ടില്ല. ഇപ്പോൾ രണ്ടു മാസമാകുന്നു. ഇത്ര നീണ്ട ഒരിടവേള ഞാൻ റോസ്കോട്ടേജിൽ വന്നതിനു ശേഷം ഉണ്ടായിട്ടില്ല.

ഞാൻ എഴുന്നേറ്റ് മുൻവശത്തേക്ക് ചെന്നു. റീത്താമാവിയോടൊപ്പം സോഫയിലിരിക്കുകയായിരുന്നു ജോണിച്ചായൻ. കൈയിലെ ഗ്ലാസ്സിൽ പാതിയോളം പാൽ ചേർക്കാത്ത കാപ്പിയുണ്ടായിരുന്നു. ആ പഴയ വേഷം തന്നെ. ജീൻസും കഴുത്തു മൂടിയ കറുത്ത ഫ്ളാനൽ ഷർട്ടും.

"ആന്റണി ഉറക്കമായിരുന്നു അല്ലേ? ഞാൻ വന്നിട്ട് അര മണിക്കൂറായി." ജോണിച്ചായൻ പറഞ്ഞു.

"ജോണിച്ചായനെ കണ്ടിട്ട് ഒത്തിരി നാളായതുപോലെ. ഇടയ്ക്കെന്താണ് ഒന്നു വരാഞ്ഞത്? ഞാൻ അടുത്ത് കസേരയിൽ ചെന്നിരുന്നു.

"പറ്റിയില്ല. ജോലിക്കൂടുതലുണ്ടായിരുന്നു." ജോണിച്ചായൻ കാപ്പി മൊത്തി.

"അവന് ഇപ്പോൾ തന്നെ പോകണമെന്ന്. എങ്കിൽ പിന്നെ മുഖം കാണിക്കാൻ മാത്രമായി ഇങ്ങോട്ട് വരണ്ടായിരുന്നല്ലോ" ജഗ്ഗിൽ നിന്ന് കുറച്ചു കാപ്പി എനിക്കും ഒഴിച്ചു തന്നു കൊണ്ട് റീത്താമാവി പറഞ്ഞു.

"ഇന്നു തന്നെ പോകണോ?" ഞാൻ ചോദിച്ചു.

"പോകണം. പോയിട്ട് കാര്യമുണ്ട്." ജോണിച്ചായൻ ഒരു നിമി

ഷം എന്തോ ചിന്തിച്ചിരുന്നു. എന്നിട്ട് എന്നോട് പറഞ്ഞു.

"ആന്റണി മുറിയിലേക്ക് പൊയ്ക്കോ. ഞാനങ്ങോട്ട് വരാം."

ഞാൻ തിരിച്ച് മുറിയിലേക്ക് നടന്നു. എന്തൊ സംഭവിക്കാൻ പോകുന്നു എന്ന് എന്റെ ഉള്ളം പറഞ്ഞു കൊണ്ടിരുന്നു.

അൽപം കഴിഞ്ഞപ്പോൾ ജോണിച്ചായൻ കടന്നുവന്ന് എന്റെ കട്ടിലിലിരുന്നു.

"ആന്റണിക്ക് എന്നാണ് പരീക്ഷ തുടങ്ങുന്നത്?"

വന്നപ്പോൾ തന്നെ ജോണിച്ചായൻ ചോദിച്ചു.

"ഏപ്രിൽ ആദ്യം കണ്ടേക്കും." ഞാൻ പറഞ്ഞു.

"ഉടനെയെങ്ങും ഞാനിനി വരില്ല ആന്റണി." ജോണിച്ചായൻ പോക്കറ്റിൽ നിന്ന് സിഗരറ്റെടുത്ത് കത്തിച്ചു. ആദ്യത്തെ പുക ഉള്ളിലേക്കെടുത്തിട്ട് എന്നോടു പറഞ്ഞു: "ഞാൻ ഈ ജോലി വിടുകയാണ്. ഇതെന്റെ ലാസ്റ്റ് ട്രിപ്പാണ്."

"ഇനി എന്തു ചെയ്യാൻ പോകുന്നു?"

"അങ്കിൾ ടോണിയുടെ ബ്രദറിന് വടക്കൊരു ദേശത്ത് ഒരു ഫാമുണ്ട്. കുറച്ച് കൃഷിയിടം. ഒരു ചെറിയ ഓറഞ്ചുതോട്ടവും. അങ്ങോട്ട് പോകാമെന്ന് വിചാരിക്കുകയാണു ഞാൻ. ഒരു പരീക്ഷണം. എങ്ങനെയുണ്ടെന്ന് അറിയട്ടെ."

"റീത്താമാവിയോ?" ഞാൻ ചോദിച്ചു.

"അമ്മച്ചിയോട് ഇക്കാര്യം പറഞ്ഞില്ല. പിന്നീട് ഞാൻ അറിയിച്ചോളാം. ആന്റണി ഇവിടെയുണ്ടല്ലോ. അതൊരു സമാധാനമാണ്."

ഞങ്ങൾ കുറെ നേരത്തേക്ക് നിശ്ശബ്ദരായി ഇരുന്നു. പലതും പറയണമെന്നും പലതും ചോദിക്കണമെന്നും എനിക്കുണ്ടായിരുന്നു. പക്ഷേ, ഒന്നിനും കഴിഞ്ഞില്ല.

"കുറച്ചുനേരം കഴിഞ്ഞ് ഞാൻ പോകും ആന്റണി. അതിനു മുമ്പ് ചില ജോലികൾ തീർക്കാനുണ്ട്."

ജോണിച്ചായൻ എഴുന്നേറ്റ് എന്റെ നേരെ കൈ നീട്ടി. ഞാൻ ആ കൈ കവർന്നു.

"ഗുഡ്നൈറ്റ് ആന്റണി."

"ഗുഡ്നൈറ്റ്."

ജോണിച്ചായൻ വാതിൽ ചാരിയിട്ട് പോയി.

ഉറക്കംവരാതെ ഞാൻ തിരിഞ്ഞും മറിഞ്ഞും കിടന്നു. എപ്പോഴോ മയങ്ങിപ്പോയി.

എവിടെയോ വാതിലടയുകയോ തുറക്കുകയോ ചെയ്യുന്നു. ജോണിച്ചായൻ പോവുകയായിരിക്കുമോ? ഞാൻ വേഗം എഴുന്നേ

റ്റ് മുൻവശത്തേക്കു ചെന്നു.

റോസ്കോട്ടേജിന്റെ മുന്നിലെ റോഡിൽ ജോണിച്ചായന്റെ പെട്രോൾ ലോറി കിടക്കുന്നത് നേരിയ നിലാവിൽ ഞാൻ കണ്ടു.

ലോറിയിലിരുന്ന് മുൻവശത്തെ തുറന്ന വാതിലിലൂടെ നീണ്ട വെള്ളക്കുപ്പായം ധരിച്ച ഒരു മാലാഖയെ ജോണിച്ചായൻ കൈപിടിച്ചുയർത്തിക്കയറ്റുന്നു. അവളുടെ കൈവിരലണിഞ്ഞ സ്വർണ്ണമോതിരത്തിലെ ചുവന്നകല്ലിന്റെ തിളക്കം ഞാൻ കണ്ടു.

ഡോറടയുന്നു.

സ്റ്റാർട്ടായ ലോറി ഒരിരമ്പലോടെ മുന്നോട്ട് കുതിക്കുന്നു.

ഒരു ദീർഘനിശ്വാസം എന്റെ പിന്നിൽ നിന്നുയർന്നു.

ഞാൻ തിരിഞ്ഞുനോക്കി. മേരിയായിരുന്നു.

അപ്പോൾ നിലാവ് തെളിയുകയായിരുന്നു. തടാകത്തിനു മുകളിൽ ഒരു സ്വപ്നംപോലെ വെള്ളിനിലാവ് വീണുറയുന്നു.

റീത്താമാവിയെ ഉടനെ വിളിച്ചുണർത്തണ്ട എന്ന് ഞങ്ങൾ തീരുമാനിച്ചു.

പിന്നെ ശബ്ദമുണ്ടാക്കാതെ ഞങ്ങൾ അകത്തേക്കു പോയി.

നമുക്കു പാർക്കാൻ മുന്തിരിത്തോപ്പുകൾ

പി. പത്മരാജൻ തിരക്കഥയയെഴുതി സംവിധാനം ചെയ്ത ചലച്ചിത്രമാണു നമുക്കു പാർക്കാൻ മുന്തിരിത്തോപ്പുകൾ. സൂക്ഷ്മമായ തിരക്കഥ, ഛായാഗ്രാഹണം, മനോഹരമായ സംഗീതം എന്നിവ കൊണ്ട് ശ്രദ്ധിക്കപ്പെട്ട ഈ ചിത്രം 1986-ൽ പുറത്തിറങ്ങി.

കെ.കെ.സുധാകരൻ രചിച്ച നമുക്കു ഗ്രാമങ്ങളിൽ ചെന്നു രാപാർക്കാം എന്ന നോവലിനെ ആസ്പദമാക്കിയാണ് തിരക്കഥ രചിച്ചിരിക്കുന്നത്. പ്രധാനകഥാപാത്രങ്ങളെ മോഹൻലാലും ശാരിയും ചേർന്ന് അവതരിപ്പിച്ചു. ക്രിസ്ത്യൻ പശ്ചാത്തലത്തിൽ അവതരിപ്പിച്ചിരിക്കുന്ന ചിത്രത്തിൽ, നായികാനായകന്മാരുടെ പ്രണയ സന്ദേശങ്ങൾ 'ഉത്തമഗീതത്തിലെ' ഗീതങ്ങളാലാണ് പ്രേക്ഷകരുമായി പങ്കിടുന്നത്. ചിത്രത്തിന്റെ ക്ലൈമാക്സ് രംഗം മലയാളസിനിമയിൽ ശക്തവും വ്യത്യസ്തവുമായ നായകസങ്കല്പത്തിനു നാന്ദി കുറിച്ചവയാണ്. പത്മരാജന്റെ എല്ലാ സിനിമകളും പോലെ ഈ ചിത്രവും പ്രണയത്തിനു പ്രധാന്യം നൽകിയിരിക്കുന്നു.

അഭിനേതാക്കൾ:

മോഹൻലാൽ: സോളമൻ
ശാരി: സോഫിയ
തിലകൻ: ആന്റണി പൈലോക്കാരൻ
വിനീത്: ആന്റണി
കവിയൂർ പൊന്നമ്മ: റീത്ത
ഓമന
ആനി
മിനി
വിഷ്ണുപ്രകാശ്
എൽ. നാരായണൻ
പള്ളിക്കൽ പി.എൻ.വി.
പൂജപ്പുര രാധാകൃഷ്ണൻ

സംവിധാനം:	പി. പത്മരാജൻ
നിർമ്മാണം:	മണി മല്യത്ത്
കഥ:	കെ.കെ. സുധാകരൻ
തിരക്കഥ:	പി. പത്മരാജൻ
സംഗീതം:	ജോൺസൺ
ഗാനരചന:	ഒ.എൻ.വി. കുറുപ്പ്
ഛായാഗ്രഹണം:	വേണു
ചിത്രസംയോജനം:	രവി കിരൺ
സ്റ്റുഡിയോ:	രാഗം മൂവീസ്
വിതരണം:	സെഞ്ചുറി റിലീസ്
റിലീസിങ് തീയതി:	1986 നവംബർ 27
സമയദൈർഘ്യം:	140 മിനിറ്റ്